ഒരാൾ മാത്രം

നമ്മെ പ്രചോദിപ്പിക്കുന്ന ഓരോരോ ജീവിതങ്ങൾ

oral mathram
namme prachodippikkunna ororo jeevithangal
anubhavam

•

vinod payam

•

first edition
october 2019

•

typesetting & published
chintha publishers, thiruvananthapuram

•

cover
vinod mangoes

Distribution

DESHABHIMANI BOOK HOUSE
H O Thiruvananthapuram 695035
phone: 0471-2303026, 6063026
Email: chinthapublishers@gmail.com
Website: www.chinthapublishers.com

Branch

Head Office Kunnukuzhi • Statue Thiruvananthapuram • KSRTC Bus Station Alappuzha • KSRTC Bus Station Ernakulam • Machingal Lane Thrissur • IG Road Kozhikode • Mavoor Road Kozhikode • NGO Union Building Kannur • Central Bus Terminal Complex Thavakkara Kannur

---

CO - 2873 / 5143
ISBN - 978-93-89410-33-4

ഒരാൾ മാത്രം

നമ്മെ പ്രചോദിപ്പിക്കുന്ന ഓരോരോ ജീവിതങ്ങൾ

വിനോദ് പായം

ചിന്ത പബ്ലിഷേഴ്സ്
തിരുവനന്തപുരം-695 035

വിനോദ് പായം

കാസർകോട് ജില്ലയിലെ പായം സ്വദേശി. പരേതനായ നാരായണൻനായരുടെയും ഇ ശാരദയുടെയും മകൻ. കാസർകോട് ഗവ. കോളേജ്, കൊച്ചി കേരള പ്രസ് അക്കാദമി എന്നിവിടങ്ങളിൽ പഠനം. ഇപ്പോൾ *ദേശാഭിമാനി* ദിനപത്രത്തിന്റെ തിരുവനന്തപുരം സെൻട്രൽ ഡസ്കിൽ ചീഫ് സബ് എഡിറ്റർ. ഗോവ, തിരുവനന്തപുരം രാജ്യാന്തര ചലച്ചിത്രമേളകൾ നിരവധി തവണ റിപ്പോർട്ട് ചെയ്തു. *അവൾ സിനിമയെ നോക്കുന്നു* എന്ന ചലച്ചിത്ര ഗ്രന്ഥം പ്രസിദ്ധീകരിച്ചു.

ഭാര്യ : പ്രിയ
മക്കൾ : കല്യാണി, കനിമൊഴി
വിലാസം : ബേഡഡുക്ക പി ഒ
കാസർകോട് 671541
ഫോൺ : 9447459861
email : vinodpayam@gmail.com

ഉള്ളടക്കം

പ്രസാധകക്കുറിപ്പ്

ജീവിതത്തിന്റെ ഉഴവുചാലുകളിലൂടെ മാത്രം വിത്തെറിഞ്ഞു പോകുന്നവർക്ക് ഇതരവാഴ്‌വുകൾ സാദ്ധ്യമല്ല. പാളം തെറ്റുമ്പോഴാണ് ജീവിതത്തിന്റെ അപാരസാദ്ധ്യതകൾ തെളിഞ്ഞുവരുന്നത്. തങ്ങളുടെ ജീവിതംകൊണ്ട് വിസ്മയങ്ങൾ തീർത്ത ചില മനുഷ്യരുടെ ജീവിതസാക്ഷ്യങ്ങളും നഖചിത്രങ്ങളുമാണ് വിനോദ് പായം ഈ കൃതിയിൽ കോറിയിടുന്നത്. ഇതിൽ മലതുരന്നുപോയ മനുഷ്യനും, പാമ്പുപിടിക്കാനിറങ്ങിയവനും നന്മയുടെ ചെടികൾ നട്ടുനനച്ചവളും ഗ്രാമീണ ശാസ്ത്രജ്ഞനും കറുവയുടെ കാമുകനും ഭൂപടങ്ങളെ പ്രണയിച്ചവനും വാസസ്ഥലം തന്നെ ഇൻസ്റ്റലേഷനാക്കിയവരുമൊക്കെയുണ്ട്. ഉച്ചക്കിറുക്ക് എന്നു മറ്റുള്ളവർക്ക് തോന്നുന്ന വ്യവഹാരമണ്ഡലങ്ങളിലാണ് പലപ്പോഴും സർഗ്ഗാത്മകത കുടികൊള്ളുന്നതെന്ന് ഈ ജീവിതങ്ങളിലൂടെ കടന്നുപോകുമ്പോൾ നമുക്ക് മനസ്സിലാവും.

ഏറെ വ്യത്യസ്തമായ ജീവിതാനുഭവങ്ങളിലേക്ക്....

ചിന്ത പബ്ലിഷേഴ്സ്

മലതുരന്ന് ജീവിതത്തിന്റെ ഇടയിലേക്ക്

ഒന്നാം ദിവസംകൊണ്ട് വാനരസത്തമനായ നളൻ പതിനാലുയോജനയും രണ്ടാം ദിവസം ഇരുപതുയോജനയും മൂന്നാം ദിവസം ഇരുപത്തൊന്ന് യോജനയും നാലാംദിവസം ഇരുപത്തിരണ്ട് യോജനയും അഞ്ചാം ദിവസം ഇരുപത്തിമൂന്ന് യോജനയും എന്ന രീതിയിൽ സമുദ്രത്തിൽ സേതുബന്ധനം നടത്തി. ആ സേതുവിന്മേൽ തന്നെ വാനരന്മാർ നൂറുയോജന ദൂരവും യാത്ര ചെയ്തു. അസംഖ്യം വാനരന്മാർ ചേർന്ന് സുബേല പർവ്വതത്തെ ഉപരോധിക്കുകയും ചെയ്തു.

(*അദ്ധ്യാത്മരാമായണം ഗദ്യം:* യുദ്ധകാണ്ഡം നാലാം സർഗ്ഗം)

ഭൂമിയായ ഭൂമിയെല്ലാം സമതലമാകുകയും അതിൽ വെള്ളം പരന്നൊഴുകുന്ന തോട്ടവും എന്ന വന്യമായ ആഗ്രഹം മാത്രമാണ് അച്ഛൻ കേശവഭട്ടിനുണ്ടായിരുന്നത്. ഏത് പർവ്വതവാസിക്കും ഉണ്ടാകുന്ന മോഹം മാത്രമെന്ന് സമാധാനിച്ച് അയാൾ പത്തുമക്കളെ പോറ്റി. അതിനൊപ്പം അയാളുടെ കവുങ്ങുതോട്ടവും നെൽപ്പാടവും വളർന്നുപന്തലിച്ചു. മക്കളെല്ലാം കോളേജ് പഠനത്തിനൊപ്പം കൃഷിപഠനത്തിലും മുന്നേറി. കുന്നുകളാൽ വലയം ചെയ്ത ബദിയഡുക്ക പെരുമുണ്ടയിലെ വീട്ടിൽ അപ്പോഴും സമതലത്തെ സ്വപ്നംകണ്ട് അച്ഛൻ കേശവഭട്ടും മക്കളും കിടന്നുറങ്ങി.

മക്കളിൽ ഇളയവൻ ശങ്കരനാരായണ ഭട്ട് എന്ന എസ് എൻ ഭട്ടിൽ നിന്നാണ് ഇനി കഥ തുടരുന്നത്. പെരുമുണ്ടയിലെ വീട്ടിന് പിറകിലെ കുന്ന് താണ്ടി അപ്പുറത്തെത്തിയാൽ ഗുരുമൂലയായി. അവിടെയും ഇവർക്ക് പാടവും കവുങ്ങുതോട്ടവും ഉണ്ട്. ഇവിടെയൊഴുകുന്ന പള്ളത്തടുക്ക പുഴയിൽനിന്നാണ് മാർച്ചുമാസംവരെ കൃഷിക്കുള്ള വെള്ളം ലഭിക്കുന്നത്. വലിയ മോട്ടോർ വച്ച് വെള്ളം പമ്പ് ചെയ്ത് പൈപ്പുവഴി കൃഷി

യിടത്തിലേക്ക് വെള്ളം കൊണ്ടുവരാൻ എഴുപതുകളുടെ പാതയിൽ ഈ വീട്ടുകാർ പദ്ധതിയിട്ടു. പുഴയിൽനിന്നും പൈപ്പുവഴി വീട്ടിലേക്ക് എത്തിക്കാൻ കിലോമീറ്ററുകൾ നീളമുള്ള പൈപ്പ് വേണം. ഇന്നത്തെപോലെ പി വി സി പൈപ്പുകൾ വന്നുതുടങ്ങിയിട്ടില്ല. വിലകൂടിയ ഇരുമ്പ് പൈപ്പ് വാങ്ങിയിടണം. തോട്ടത്തിലേക്ക് സമൃദ്ധമായി വെള്ളമൊഴുകുന്ന സമതല ഭൂമിയെന്ന അച്ഛൻ കേശവഭട്ടിന്റെ സ്വപ്നം, അക്കാലം മൈസൂരിൽനിന്ന് എക്കണോമിക്സ് എം എ കഴിഞ്ഞ് വീട്ടിലെത്തിയ മകൻ ശങ്കരനാരായണനെയും ഭ്രാന്ത് പിടിപ്പിച്ചു. വീടിന് പുറകിൽ കുട്ടിക്കാലത്തേ കാണുന്ന വടക്കേക്കുന്ന് പർവ്വതാകാരം പൂണ്ട് നില്ക്കുന്നു. പർവ്വതമഥനം നടത്തി, വൃദ്ധ കർഷകന്റെ സ്വപ്നത്തിന് തീപിടിപ്പിക്കാൻ ആ യുവാവ് മുന്നിട്ടിറങ്ങി. കുന്ന് വലിഞ്ഞുകയറി വീട്ടിലേക്കും അതിനു ചുറ്റുമുള്ള തോട്ടത്തിലേക്കും വെള്ളത്തിന്റെ പൈപ്പെത്തിക്കാൻ ചുരുങ്ങിയത് ഒരുകിലോമീറ്റർ വേണ്ടിവരും. കുന്നിനെ തുരന്ന് അപ്പുറത്തെത്തിയാൽ അത് വെറും നൂറുമീറ്ററിൽ താഴെ ഒതുക്കാം. ആവശ്യങ്ങളാണ് മാർഗ്ഗത്തിന്റെ ഗുരു എന്ന ധനതത്ത്വശാസ്ത്രം അയാൾ അപ്പോഴേക്കും പഠിച്ചിട്ടുണ്ടായിരുന്നു.

പെരുവഴിയിൽ പുതുവഴി നല്ലൂ...

വടക്കേക്കുന്ന് തുരന്ന് പൈപ്പ് ഇടാനുള്ള ചിന്ത പതിയെ വലിയ ആഗ്രഹമാകുന്നു. പെരുമുണ്ടയിലെ വീട്ടിൽനിന്നും ഗുരുമൂലയിലെ വയിലിലേക്കും കവുങ്ങുതോട്ടത്തിലേക്കും ഒരിടനാഴി. കുന്നിനെ പൂർണ്ണമായും തുരത്താതെ ഉള്ളുതുരന്നൊരു സഞ്ചാരം. അക്കാലം മുതലേ കുന്നുതുരന്ന് വെള്ളം തേടിയുള്ള തുരങ്കനിർമ്മാണം വടക്കൻ കേരളത്തിലും ദക്ഷിണകർണ്ണാടകത്തിലും മലയോരത്ത് സജീവമായിരുന്നു. വെള്ളം കണ്ടുപിടിക്കാൻ തുരന്നുപോകുന്ന വിദഗ്ദ്ധ തുരപ്പുകാരെ ശങ്കരനാരായണ ഭട്ട് സംഘടിപ്പിച്ചു. അയൽവാസിയായ ഐത്തപ്പനായ്ക്ക് നേതൃത്വം നല്കി. പുതുവഴിവെട്ടൽ തുടങ്ങി. മനക്കണക്കാണ് മുന്നിലുള്ള കുന്ന് തുരക്കുന്നതിനുള്ള എഞ്ചുവടി. 25 മീറ്റർ നീളമുള്ള രണ്ട് മുളന്തണ്ട് കുന്നിന്റെ രണ്ടുഭാഗത്തായും നാട്ടി. രണ്ടു തണ്ടും ബന്ധിപ്പിച്ച് മറ്റൊരു ചരടും സമാന്തരമായി കെട്ടി. അതാണ് അടയാളം. കുന്നിനുപുറത്തെ കാടു കൊത്തി വെളിയാക്കി ഭൂഗർഭത്തിലൂടെ നീങ്ങേണ്ട പാതയെപ്പറ്റി മനക്കണക്ക് കണ്ടു. തുരങ്കം 70 മീറ്റർ നീളം വരും. കുന്നിന്റെ ഉച്ചിയിൽ നിന്നും 12 മീറ്റർ ആഴം വരും സഞ്ചാരപാത. തുരന്ന് മുന്നേറുമ്പോൾ ഭൂഗർഭം എന്തൊക്കെ വഹിക്കുന്നുണ്ടാകും. കരിങ്കല്ലുകാണും; നെഞ്ചുറപ്പ് കൊണ്ട് പൊടിക്കാം. ഗുഹകൾ കാണും; പ്രതീക്ഷകൾകൊണ്ട് മൂടാം. ഒരുപക്ഷേ, ക്ഷുദ്രജീവികൾ മണ്ണിനുപുറത്തേക്ക് തലയിടാം; സ്വപ്നങ്ങൾ കാട്ടി മയക്കാം.

പിക്കാക്സുകൾ മണ്ണിനെ രാകിമിനുക്കി. മൂന്നുമീറ്റർ ഉയരത്തിൽ ഒന്നരമീറ്റർ വീതിയിൽ ദീർഘചതുരാകൃതിയിലാണ് തുരങ്കം പണിതത്.

ശങ്കരനാരായണ ഭട്ട്

1976 ലെ മാർച്ചിൽ ഭട്ടും അഞ്ചുപണിക്കാരും ചേർന്ന് തുടങ്ങിയ തുരങ്ക ജോലി ഒന്നരമാസംകൊണ്ട് പൂർത്തിയായി. തിരശ്ചീനമായി മുന്നേറിയ പാതയ്ക്ക് 30 മീറ്റർ കഴിഞ്ഞാൽ ചെറിയൊരു വളവുണ്ട്. അരിക് ഇടിഞ്ഞതിനാലാണ് വലത്തോട്ട് ചായ്ച്ചെടുത്തത്. വലതുകൈയിൽ ആഞ്ഞു പിടിക്കുന്ന പിക്കാക്സാണ് നേർരേഖ തീർക്കുന്നത്. അതിന്റെ കൊത്തിലാണ് തുരങ്കത്തിന്റെ റൂട്ട് തെളിയുന്നത്. കൊത്ത് പിഴച്ചാൽ പാതയും വളയും. അത് പിഴയ്ക്കാതിരിക്കാനുള്ള മിടുക്കുണ്ട് ഐത്തപ്പ നായ്ക്കിനും കൂട്ടർക്കും.

ആരോഗ്യവാനായ ഒരാൾക്ക് തേങ്ങയും അടയ്ക്കയും ചാക്കിലാ

ക്കി തലയിൽ തുരങ്കത്തിലൂടെ ചുമന്നുകൊണ്ടുവരാം,. നിലമുഴാനുള്ള ടില്ലറിനെ ഓടിച്ചുകൊണ്ടുവരാം. വയലിൽ തീറ്റാൻ പോയ പശുവിന്റെ നിറവയർ ചുമരിലുരസാതെ നടത്തിച്ചുകൊണ്ടുവരാം. ഇടനാഴി പൂർത്തിയായപ്പോൾ രണ്ട് ദേശത്തുണ്ടായിരുന്ന ഭട്ടിന്റെ കൃഷിയിടങ്ങൾ മണ്ണിനടിയിലൂടെ സഞ്ചരിച്ച് ഒന്നായി. അതിലൂടെ ഭട്ടിന്റെ കുടുംബവും പണിക്കാരും പള്ളത്തടുക്ക പുഴയും നിരന്തരം സഞ്ചരിച്ചുകൊണ്ടേയിരുന്നു.

ഇടനാഴി ഇപ്പോൾ

ബദിയഡുക്കയിൽനിന്നും മൂന്നുകിലോമീറ്റർ മുന്നോട്ട് പോയി കടമനെ- ബൈക്കുഞ്ചെ റോഡരികിലുള്ള പെരുമുണ്ടയിലെ കർഷകന്റെ ഇടനാഴിയെക്കുറിച്ച് കേട്ടറിഞ്ഞ് കാണാൻ ചെന്നപ്പോൾ ശങ്കരനാരായണ ഭട്ട് കവുങ്ങ് തോട്ടത്തിലായിരുന്നു. തന്റെ പുരയിടത്തിലെ തുരങ്കവഴി, അയാൾക്ക് അത്ഭുതം പോയിട്ട് വാർത്ത പോലുമല്ലായിരുന്നു. 35 വർത്തിലധികം പഴക്കമുള്ള ആ തുരങ്കം കാണാൻ ഈയടുത്ത കാലത്ത് വിദ്യാർത്ഥികളും മാഷന്മാരും വരുന്നുണ്ട്. മംഗളൂരുവിൽനിന്ന് ഇറങ്ങിയ കന്നഡ പത്രത്തിൽ ചെറിയ വാർത്ത വന്നു. അദ്ധ്വാനത്തിന് അല്പം ആയാസം കിട്ടാൻ വീട്ടുകാർ ആലോചിച്ച ഒരുപാധി എന്നുമാത്രമേ ഭട്ട് പറയുന്നുള്ളൂ. കൂടുതൽ ചികഞ്ഞ് ചോദിച്ചാലും നിറഞ്ഞ ചിരിമാത്രം മറുപടി. കള്ളക്കളി കളിക്കുന്ന കർക്കിടകപ്പാതിയിലെ വെയിലിൽ, കവുങ്ങിന് മരുന്ന് തളിക്കുന്ന തിരക്കിലാണയാൾ. ഏഴേക്കറിലധികം കവുങ്ങ് തോട്ടമുണ്ട്. മഴ നിർത്താതെ പെയ്യുമ്പോൾ കവുങ്ങിന് മഹാളിരോഗം പടരും. അത് ചെറുക്കാൻ ബോർഡോ മിശ്രിതം തളിക്കുന്ന പണിക്കാർക്ക് സഹായം ചെയ്യുന്ന തിരക്കിൽ വാർത്ത തേടിവന്നവരെ അയാൾ പുഞ്ചിരിയോടെ ഒഴിവാക്കി വിടുന്നു. ഭട്ടിന്റെ ഈ സ്വഭാവമാണ്, തുരങ്കമെന്ന മഹാ അദ്ധ്വാനം കൂടുതലായി പുറംലോകമറിയാതിരുന്നത്. കഴിഞ്ഞയാഴ്ച ജില്ലയിലെ ചില യുവാക്കൾ ബൈക്കിലേറി ഭട്ടിന്റെ പുരയിടത്തിലെത്തി. അവർ കണ്ട കാഴ്ച പരസ്പരം കൈമാറി. അത് വാർത്തയായത് പൊല്ലാപ്പായിപ്പോയെന്നാണ് ഭട്ട് പറയുന്നത്.

കഴിഞ്ഞവർഷം കുടുംബസ്വത്ത് ഭാഗിച്ചപ്പോൾ തുരങ്കമുള്ള നിലം ജ്യേഷ്ഠനും കാനറാ ബാങ്ക് റിട്ടയേഡ് മാനേജരും അച്ഛന്റെ അതേ പേരുകാരനുമായ കേശവഭട്ടിനാണ് കിട്ടിയത്. തുരങ്കം തുറക്കുന്ന ഭാഗത്തുള്ള അടയ്ക്കാകളം വയലാക്കി മാറ്റാൻ ചേട്ടൻ ഉഴുതുമറിച്ചിട്ടിരിക്കയാണിപ്പോൾ. ശങ്കരനാരായണ ഭട്ട് അല്പം മാറി മറ്റൊരു കളം പണിതു. എങ്കിലും കർക്കിടകം കഴിഞ്ഞാൽ തുരങ്കത്തിലൂടെയുള്ള സഞ്ചാരം കൂടും. കവുങ്ങുതോട്ടത്തിൽ വളം ചേർക്കാനുള്ള സമയമായി. തൊഴുത്തിലുള്ള 16 നാടൻ പശുക്കളും രണ്ട് കാളക്കൂറ്റന്മാരും എരുമയും അതിന്റെ കിടാരികളും ചാണകവളം നിറഞ്ഞതായി പരാതി പറയുന്നു. ഈ വളം തലയിൽ ചുമന്ന് ഇടനാഴി വഴി ഗുരുമൂലയിലെ കവുങ്ങുതോട്ടത്തിലെത്തിക്കണം. ഇടനാഴിയുടെ മുകളിലുള്ള കുന്നിലും തട്ടുവലിച്ച് ഭട്ട് കവുങ്ങുതൈ നട്ടു. നിറയെ വിളഞ്ഞുനില്ക്കുന്ന ഈ കവുങ്ങുതോട്ടം ഇപ്പോൾ

വടക്കേക്കുന്നിന് കിരീടം ചാർത്തുന്നു.

മഴയൊന്നു കുറഞ്ഞാൽ തുരങ്കത്തിലെ വയറിങ്ങും നന്നാക്കണം- ഇടയ്ക്കിടയ്ക്ക് ഞാന്നുകിടക്കുന്ന വൈദ്യുതി വയറും ലൈറ്റും തൊട്ട് ഭട്ട് പറഞ്ഞു. വേനലിലാണ് നിങ്ങൾ വരേണ്ടത്. തൂവെളിച്ചം തൂകി ഈ ഇടനാഴി നിങ്ങളെ ഗുരുമൂലയിലേക്ക് സ്വാഗതം പറയും. കനത്ത മഴ വന്നാൽ ചിലപ്പോൾ ഇതുവഴി വെള്ളം കിനിയും. കർക്കിടകമായതിനാലാണ് നിങ്ങളുടെ ചെരുപ്പിന് ഇത്രയേറെ ചെളിപുരളുന്നത്- ഭട്ട് പറഞ്ഞു.

തുരങ്കം പണിയുന്ന കാലത്ത് 300 രൂപയാണ് ഒരുമീറ്റർ തുരക്കാൻ ഐത്തപ്പയ്ക്കും സംഘത്തിനും കൊടുത്തത്. ഇന്നിപ്പോൾ പതിനായിരം കടക്കും. അഥവാ കൊടുത്താൽ തുരക്കുന്ന വിദഗ്ദ്ധരെ കിട്ടുമോ? കന്നഡയും തുളുവും കലർന്ന വിചിത്രമായ മലയാളത്തിൽ ഭട്ട് ചോദിച്ചു.

കുടുംബം

കേശവഭട്ടിന്റെ മക്കളായി പത്തുപേരാണുള്ളത്. അഞ്ചാണും അഞ്ചു പെണ്ണും അതിൽ ഇളയയാൾ ശങ്കരനാരായണനാണ് ഇപ്പോൾ തറവാട്ടുവീട്ടിൽ; തുരങ്കത്തിന്റെ മാനേജരും. കർണ്ണാടകയിലെ ബല്ലാരെയിലും സവന്നൂരിലുമാണ് ബാക്കിയുള്ള സഹോദരങ്ങൾ. ഗോപാലകൃഷ്ണനെന്ന ജ്യേഷ്ഠൻ മണിപ്പാൽ മെഡിക്കൽ കോളേജിൽ പ്രൊഫസറാണ്. ഭട്ടിന്റെ ഭാര്യ: ഭാരതി. മൈസൂരു സി എം ഡി മെഡിക്കൽ കോളേജിൽ എം ഡിക്ക് പഠിക്കുന്ന അഞ്ജന, പുത്തൂർ വിവേകാനന്ദകോളേജിൽ പഠിക്കുന്ന അഭിരാം എന്നിവർ മക്കൾ. ബാക്കിയുള്ളവർക്കെല്ലാം കൃഷി തന്നെ പഥ്യം.

ഭട്ടിന്റെ പറമ്പിൽ ഇല്ലാത്തതൊന്നുമില്ല. തെങ്ങും പിലാവും പുളിയും കരിമ്പും... തുടങ്ങി എല്ലാം. ഉപ്പും കർപ്പൂരവും മാത്രമാണ് വിലകൊടുത്തു വാങ്ങുന്നത്. ഇല്ലമെന്ന് വിളിക്കുന്ന വീടിന് ചുറ്റുമായി ഓടിട്ട നിരവധി ഷെഡ്ഡുകൾ. അതിലൊരിടത്ത് തൊഴുത്തും അതിൽ നിറയെ പശുക്കളും. ശരിക്കും കറന്നെടുത്താൽ മുപ്പതോളം ലിറ്റർ പാൽ ദിവസവും കിട്ടും. വീട്ടുകാർക്ക് വേണ്ടുന്ന പാൽ മാത്രമേ കറന്നെടുക്കൂ. ബാക്കിയുള്ളത് കിടാരികൾ കുടിച്ച് കുത്തിമറിയും. ഒരിടത്ത് നിർത്താതെ അടയ്ക്ക പൊതിക്കുന്ന പണിക്കാർ. തോട്ടത്തിൽ നാലഞ്ച് പണിക്കാർ വേറെ.

യോദ്ധ എന്ന സിനിമയിൽ മോഹൻലാലും ജഗതി ശ്രീകുമാറും തമ്മിലൊരു കാവിലെ പാട്ടുമത്സരമുണ്ട്. അതിൽ ജഗതി ചോദിക്കുന്നുണ്ട്: 'ഭൂമി തൊരന്നു നീ അപ്പുറത്തെത്തുകിൽ വൈഡൂര്യക്കൊട്ടാരം കപ്പം കെട്ടാം'... ഭട്ട് മലയാള സിനിമ കാണാറില്ല. അതുകൊണ്ട് സിനിമക്കാർ പറഞ്ഞ വൈഡൂര്യക്കൊട്ടാരത്തെ കുറിച്ച് അറിയുകയുമില്ല. പെരുമുണ്ടയിൽനിന്ന് മടങ്ങുമ്പോൾ വടക്കേക്കുന്നിന്റെ ഉച്ചിയിൽനിന്നും അയാളെ നോക്കുമ്പോൾ അയാൾക്ക് പിന്നിൽ നിറയെ വൈഡൂര്യങ്ങൾ നിറഞ്ഞ കവുങ്ങുകൾ കാറ്റിലാടുന്നത് കണ്ടു. കദളീവനമെന്ന് വിളിച്ചത് ഇതിനെയായിരിക്കും.

പാമ്പുപിടിത്തക്കാർ

ഭ്രാന്തമായ സ്വപ്നങ്ങൾ കാണുന്ന അയാളുടെ രീതികൾക്കനുസരിച്ചായിരുന്നു അയാളുടെ വീടും. ഏദൻഗാർഡനെന്ന് പേരിട്ട ആ വീട്ടിൽ അനേകം പാമ്പുകളും പക്ഷികളും കുരങ്ങന്മാരുമുണ്ടായിരുന്നു. എല്ലാം പരിക്കുപറ്റിയവരും ചികിത്സതേടുന്നവരും. ആർട്ടിസ്റ്റ് കൂടിയായ മൂന്നാം കുറ്റിയിൽ മഹീന്ദ്രൻ എന്ന അദ്ദേഹം, മക്കളെ പോലെ പോറ്റിവളർത്തിയ പാമ്പും കുരങ്ങും മയിലും മരപ്പട്ടിയും ഇപ്പോഴും ലോകത്തിന്റെ പലയിടത്തായി വളരുന്നുണ്ടാകണം. അതല്ലെങ്കിൽ അവയുടെ പരമ്പരയെങ്കിലും. കാസർകോട്ടെ കുഗ്രാമങ്ങളിലും യൂറോപ്പ് ഒഴികെയുള്ള നിരവധി രാജ്യങ്ങളിലും പാമ്പുകളെക്കുറിച്ച് ബോധവല്ക്കരണ ക്ലാസെടുത്ത മഹീന്ദ്രൻ ഇന്നില്ല. ഇപ്പോഴത്തെ കാസർകോട് പുതിയ ബസ്സ്റ്റാന്റിന് സമീപം ആനബാഗിലു എന്ന സ്ഥലത്തെ ഏദൻഗാർഡനിൽ പാതി നിർത്തിയ പാട്ടുപോലെ മഹീന്ദ്രൻ മടങ്ങിയെങ്കിലും രണ്ടാൺമക്കൾ, അദ്ദേഹത്തിന്റെ പാമ്പിനെയും പഴുതാരയെയും ഏറ്റെടുത്തു. മാർബിളിൽ ചിത്രവേല ചെയ്യുന്ന ജോലിയായിരുന്നു മഹീന്ദ്രന്. കോഴിക്കോട്ടുകാരനായ അദ്ദേഹം മലബാറുകാർക്ക്, വിശേഷിച്ച് കാസർകോട്ടുകാർക്ക് ഏറെ പ്രിയങ്കരനായിരുന്ന സർപ്പയജ്ഞക്കാരൻ കൂടിയാണ്. മഹീന്ദ്രന്റെ മക്കളിപ്പോൾ ലോകമറിഞ്ഞു തുടങ്ങുന്ന വന്യമൃഗ സംരക്ഷണ പ്രവർത്തകരാണ്. മൂത്തവൻ ബൈജു ആഗ്രയിലും ഇളയവൻ മവീഷെന്ന ഉണ്ണി സ്വന്തംനാട്ടിലും. അച്ഛൻ മക്കൾക്ക് നല്കിയത്, തന്റെ സ്വതസിദ്ധമായ 'ഭ്രാന്താണ്'. വന്യജീവികളോടുള്ള നിതാന്ത പ്രണയമെന്ന ഭ്രാന്ത്. മഹീന്ദ്രന് ഉൾക്കരുത്തിന്റെ പ്രേരണയാണ് വന്യജീവി പരിചരണമെങ്കിൽ മക്കൾക്കത്, ഔദ്യോഗിക ജീവിതത്തിന്റെയും കൂടി ഭാഗമാണെന്ന വ്യത്യാസം മാത്രമേയുള്ളൂ.

ബൈജുവിന്റെ കരടികളും നാട്ടാനകളും

മൂത്തയാൾ ബൈജുരാജ് രാജ്യാന്തര രംഗത്ത് തന്നെ വ്യക്തിമുദ്ര പതിപ്പിച്ച വന്യജീവി സംരക്ഷണ പ്രവർത്തകനാണിപ്പോൾ. ഇന്റർനാഷണൽ യൂണിയൻ ഫോർ കൺസർവേഷൻ ഓഫ് നേച്ചറിൽ മുതലകളുടെ പരിചരണത്തിൽ വിദഗ്ദ്ധൻ കൂടിയാണ്. മുതലകൾക്കൊപ്പം നീരാടി ഉഭയജീവിതങ്ങളുടെ കഥ പറഞ്ഞ് നമ്മെ വിസ്മയിപ്പിച്ചു മടങ്ങിയ സ്റ്റീവ് ഇർവിനൊക്കെ അംഗമായ സംഘടനായാണിത്. 160 രാജ്യങ്ങളിൽ ഈ യൂണിയൻ സജീവം. അച്ഛനൊപ്പം പണ്ട് വീട്ടിൽ രാജവെമ്പാലയ്ക്കൊപ്പം കളിച്ചു വളർന്ന ബൈജുവിന് 1980 ൽ ഏഴാം വയസ്സിൽ രാഷ്ട്രപതിയുടെ ബ്രേവ് ചൈൽഡ് പുരസ്കാരം ലഭിച്ചത് അക്കാലത്ത്

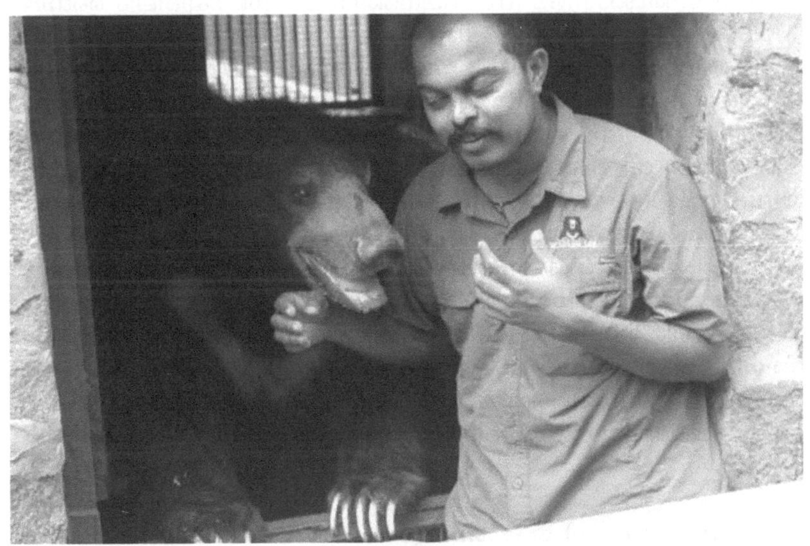

ബൈജുരാജ്

വലിയ വാർത്തയായിരുന്നു. ഇപ്പോൾ ആഗ്രയിൽ വൈൽഡ് ലൈഫ് എസ് ഒ എസ് ഗ്രൂപ്പിൽ കൺസർവേഷൻ ഗ്രൂപ്പിൽ ഡയറക്ടറാണ്, ജന്തുശാസ്ത്രത്തിലും പരിസ്ഥിതി ശാസ്ത്രത്തിലും ബിരുദാനന്തര ബിരുദമുള്ള ബൈജു ഉത്തരേന്ത്യയിലും കർണ്ണാടകയിലും മറ്റും ഒരുകാലത്ത് സജീവമായിരുന്നു കയറിട്ട് കളിപ്പിക്കുന്ന 'നാട്ടു'കരടികൾ. ഇന്നവയെ കാണാനില്ല. അതിന് ആദ്യം നന്ദിപറയേണ്ടത്, ബൈജുവിനോടും അദ്ദേഹം പ്രവർത്തിക്കുന്ന എസ് ഒ എസ് ഗ്രൂപ്പിനോടുമാണ്. നാനൂറിലധികം നാട്ടുകരടികളെ ഉടമകളിൽനിന്നും ഏറ്റെടുത്ത് സംരക്ഷിക്കുകയാണ് ഇപ്പോൾ അദ്ദേഹത്തിന്റെ നേതൃത്വത്തിലുള്ള സംഘം. തിരിച്ച് കാട്ടിലയക്കാൻ പറ്റാത്തതിനാൽ രാജ്യത്തിന്റെ വിവധ കേന്ദ്രങ്ങളിൽ സംരക്ഷിക്കുകയാണി

വയെ. ആഗ്ര, ഭോപ്പാൽ, ബംഗാളിലെ പുരുളിയ, യു പിയിലെ മഥുര, ഹരിയാനയിലെ യമുനാനഗർ തുടങ്ങിയ കേന്ദ്രങ്ങളിൽ ഇവർക്ക് വന്യ ജീവി സംരക്ഷണ കേന്ദ്രങ്ങളുണ്ട്. 'കരടിക്കളി'ക്കാരെ മൊത്തം തുരത്തി യ ഈ വന്യജീവി ബയോളജിസ്റ്റുകളുടെ ഇപ്പോഴത്തെ ശ്രമം നാട്ടാന പരിപാലനമാണ്. അനധികൃതമായും അശാസ്ത്രീയമായും പരിപാലി ക്കുന്ന നാട്ടാനകളെ പിടിച്ചെടുത്ത് പരിപാലിക്കുകയാണ് ലക്ഷ്യം. കേരളത്തിൽ നാട്ടാന പരിപാലനം സംബന്ധിച്ച് ഏറെ ചെയ്യാനുണ്ടെന്ന് ബൈജു ആഗ്രയിൽനിന്നും ഫോണിൽ ഓർമ്മിപ്പിച്ചു.

ഗവേഷണത്തിന്റെ ഭാഗമായി നിരവധി വിദേശ രാജ്യങ്ങളിലും ബൈജു സഞ്ചരിക്കുന്നുണ്ട്. വംശനാശം നേരിടുന്ന സയാമീസ് മുതല കളുടെ രക്തസാമ്പിൾ അപഗ്രഥനത്തിനായി തായ്ലാന്റിലും വിഷപ്പാമ്പു കളെ നിയന്ത്രിക്കാനുള്ള പരിശീലനത്തിനായി സിംഗപ്പൂരിലും ബൈജു പ്രവർത്തിച്ചു. 2007 ൽ ഉത്തർപ്രദേശിലെ ചമ്പലിൽ ഗാരിയൽ മുതലകൾ കൂട്ടത്തോടെ ചത്തൊടുങ്ങിയത് വലിയ വാർത്തയായിരുന്നു. ഈ അപമൃ ത്യുവിന്റെ കാരണം തേടിയുള്ള അന്വേഷണസംഘത്തിലെ പ്രധാനിയും ബൈജുവായിരുന്നു. മുതലകളെ പോസ്റ്റ്മോർട്ടം ചെയ്തതും ബൈജു വിന്റെ നേതൃത്വത്തിൽ. അനിമൽ വെൽഫയർ ബോർഡ് ഓഫ് ഇന്ത്യ യുടെ ഇൻസ്ട്രക്ടർ, വന്യജീവി ക്രൈം കൺട്രോൾ ബ്യൂറോ വളണ്ടി യർ തുടങ്ങിയ ഔദ്യോഗിക ചുമതലകളും ഈ യുവാവിനുണ്ട്. ഓരോ നേട്ടങ്ങളിലേക്കും ആർക്കും അത്രയൊന്നും പരിചയമില്ലാത്ത വന്യമായ ലോകത്തേക്കുള്ള സഞ്ചാരത്തിലും അച്ഛൻ കൊളുത്തിയ പ്രകൃതി സ്നേഹത്തിന്റെ വെളിച്ചമാണ് വഴികാട്ടിയാകുന്നത്. രാജസ്ഥാനിലെ ഒരു തെറിച്ച മരുപ്പാമ്പിന്റെ ശീൽക്കാരം കേൾക്കുമ്പോൾ ഓർമ്മയിൽ തികട്ടി വരുന്നത്, പണ്ട് കാസർകോട്ടെ ആസ്ബസ്റ്റോസ് ഷീറ്റിട്ട പഴയ വാടകവീ ട്ടിന്റെ ഉമ്മറത്തിരുന്ന് അച്ഛനൊപ്പം നടത്തിയ പാമ്പിൻ പരിചരണക്കാ ലമാണ്.

പ്രേരണ ചെലുത്തി പ്രേർണയും

ബൈജുവിന്റെ ഭാര്യ ഭോപ്പാലുകാരിയായ പ്രേർണ ശർമ്മയും അറി യപ്പെടുന്ന വന്യജീവി ശാസ്ത്രജ്ഞയാണ്. കംപ്യൂട്ടർ സയൻസ് ബിരു ദധാരിയായ ഇവർ, പക്ഷേ, കൈവച്ചത് വന്യജീവി പരിപാലനത്തിലാണ്. പട്ടികളാണ് ഇവരുടെ ജീവൻ. തെരുവിലലയുന്ന പട്ടികളുടെ പുനരധി വാസ പ്രയത്നത്തിന് മദ്ധ്യപ്രദേശ് സർക്കാരിന്റെ അവാർഡ് ലഭിച്ചിട്ടുണ്ട്. ബൈജുവിന്റെ സഹധർമ്മിണിയായതോടെ, വൈൽഡ് ലൈഫ് സയൻ സിൽ കൂടുതൽ ശ്രദ്ധ പതിപ്പിച്ചു. വൈൽഡ് ലൈഫ് എസ് ഒ എസിൽ പ്രവർത്തിച്ച ഇവരിപ്പോൾ ഡെറാഡൂണിൽ വൈൽഡ് ലൈഫ് ഇൻസ് റ്റിറ്റ്യൂട്ട് ഓഫ് ഇന്ത്യയിൽ പ്രവർത്തിക്കുകയാണ്. പരിസ്ഥിതി മന്ത്രാലയ ത്തിനും മറ്റും വന്യജീവി സംരക്ഷണ പ്രവർത്തനങ്ങളിൽ നയരൂപീ കരണം തയ്യാറാക്കുകയാണ് ഈ ഇൻസ്റ്റിറ്റ്യൂട്ടിന്റെ പ്രധാന പ്രവർത്തനം.

ബൈജുവിനൊപ്പം ഇവർ കാസർകോട്ടേക്കും വരാറുണ്ട്. വന്നാൽ അതറിയാനുണ്ടാകും. മധൂരിലെ വീട്ടിനടുത്ത് അലയുന്ന പട്ടികൾക്ക് പ്രേർണ അമ്മയാകും. കടകളിൽനിന്ന് ബിസ്കറ്റ് വാങ്ങി നല്കും. സോപ്പിട്ട് കുളിപ്പിക്കും. നാട്ടുകാർ പട്ടിക്കുമേൽ ഓങ്ങി നിന്ന കല്ലപ്പോൾ അറിയാതെ നിലത്തുവീഴും.

ഉണ്ണിയുടെ ലൈക്കസോൺ ജാര

ബൈജുവിന്റെ അനിയനാണ് മവീഷ് എന്ന ഉണ്ണി. പാമ്പുപിടിത്തത്തിൽ ചേട്ടനാണോ അനിയനാണോ പുലിയെന്ന് ചോദിച്ചാൽ, ഞങ്ങളല്ല, അച്ഛനാണ് താരം എന്നാണ് ഉണ്ണി പറയുക. ലക്ഷത്തിലധികം ശമ്പളമുള്ള വിദേശജോലി ഉപേക്ഷിച്ച് നാട്ടിൽ അച്ഛന്റെ പഴയ മാർബിൾ ചിത്രപ്പണിക്കട തുടരുന്ന ഉണ്ണി, അച്ഛന്റെ പേരിൽ ട്രസ്റ്റ് രൂപീകരിച്ച് വന്യജീവി പരിപാലനം സജീവമാക്കുകയാണ്. മഹീന്ദ്ര വൈൽഡ് ലൈഫ് ഫൗണ്ടേഷൻ എന്ന ചാരിറ്റബിൾ ട്രസ്റ്റുണ്ടാക്കി, നാട്ടിലെ പാമ്പിനും കുരങ്ങിനും മയിലിനും ആനയ്ക്കും സംരക്ഷണം ഏർപ്പാടാക്കുകയാണ് ലക്ഷ്യം. വനംവകുപ്പിന്റെ അംഗീകൃത പാമ്പുപിടിത്തക്കാരനാണിപ്പോൾ. ഏതുനിമിഷവും വരുന്ന ഫോൺവിളിയിൽ ഉണ്ണിയും മൂന്നുസഹപ്രവർത്തകരും കണ്ണൂർ, കാസർകോട് ജില്ലയിൽ വന്യജീവികളെ ഏറ്റെടുക്കാൻ റെഡിയാണ്.

ബോട്ടണിയിൽ ബിരുദാനന്തര ബിരുദം കഴിഞ്ഞ് മംഗളൂരു സർ

മവീഷ്

വ്വകലാശാലയിൽ മറൈൻ ജിയോളജിൽ പി എച്ച് ഡി ചെയ്യുകയാണിപ്പോൾ. അതിനിടയ്ക്കാണ് പാമ്പുപിടുത്തവും ബോധവല്ക്കരണ ക്ലാസും വന്യജീവി ചികിത്സയും മറ്റും. കാസർകോട് മധൂരിലെ വീട്ടിൽ മൂന്നു പെരുംപാമ്പ്, ഒരു മൂർഖൻ, കാട്ടുപാമ്പ്, ചേര, മയിൽ എന്നിവ ചികിത്സയിലുണ്ട്. നാട്ടിൽനിന്ന് പിടിച്ച് കയറിട്ട് കാട്ടിൽ വിടുന്ന അതിഗുരുതരമായി പരിക്കേറ്റ പെരുംപാമ്പുകൾ ഉണ്ണിയുടെ ചികിത്സയിൽ ഉഷാറായി വരികയാണ്. ആത്തച്ചക്ക, മഞ്ഞൾപ്പൊടി, തുളസി എന്നിവ കൂട്ടിയരച്ചാണ് പാമ്പുകളുടെ ദേഹത്ത് മുറിവിൽ വച്ചുകെട്ടുന്നത്. ചികിത്സയിൽ തിരുവനന്തപുരം മൃഗശാല ചീഫ് വെറ്ററിനറി ഓഫീസർ ഡോ. ജേക്കബ് അലക്സാണ്ടറാണ് മാർഗ്ഗദർശി. വലിയ വിലയുള്ള മരുന്നെല്ലാം സ്വന്തം പണമെടുത്താണ് വാങ്ങിക്കുന്നത്. രാജവെമ്പാലയടക്കം രണ്ടായിരത്തോളം പാമ്പിനെ പിടിച്ച് കാട്ടിൽ വിട്ട ഉണ്ണിക്ക് 2012 ൽ വനംവകുപ്പിന്റെ മികച്ച പാമ്പുപിടുത്തക്കാരനുള്ള അംഗീകാരം കിട്ടി.

നേപ്പാളിൽ മിഥില വൈൽഡ് ലൈഫ് ട്രസ്റ്റിൽ ശാസ്ത്രജ്ഞനായാണ് ഉണ്ണിയുടെ തുടക്കം. ബിഹാർ - നേപ്പാൾ അതിർത്തിയിൽ മിഥിലേശ്വറിൽ 320 ഏക്കറിൽ സുവോളജിക്കൽ പാർക്ക് ഡിസൈൻ ചെയ്തത് ഉണ്ണിയാണ്. ഇവിടെ വംശനാശം വന്നുവെന്ന് കരുതിയ ലൈക്കസോൺ ജാര (ചെന്നായ് തലയാൻ പാമ്പ്) എന്ന പാമ്പിനെ ഉണ്ണി കണ്ടെത്തുകയും ചെയ്തു. ഭാര്യ ലിന്റുമോളും നേപ്പാളിൽ ഈ രംഗത്ത് പ്രവർത്തിച്ചു. അഞ്ചരക്കണ്ടിയിൽ കൃഷിവകുപ്പ് ഉദ്യോഗസ്ഥയാണിപ്പോൾ. മിഥിലയിലെ പ്രവർത്തനം മതിയാക്കി, കണ്ണൂർ സർവ്വകലാശാലാ സെന്ററിൽ അദ്ധ്യാപകനായിരിക്കെയാണ് ദുബായിൽ സുവോളജിസ്റ്റായി അവസരം ലഭിക്കുന്നത്. പറശ്ശിനിക്കടവ് പാമ്പുവളർത്തൽ കേന്ദ്രത്തിലെ രാജവെമ്പാലയുടെ കൂട് ഡിസൈൻ ചെയ്തത് ഉണ്ണിയാണ്. ഇതിഷ്ടപ്പെട്ട ദുബായ് ഷേക്ക് ഹംദാന്റെ, നാഡ് അൽ ഷെഡ വന്യജീവി പാർക്ക് അധികൃതർ ഉണ്ണിയെ ദുബായിക്ക് കടത്തി. അവിടെ ഏഴ് ആഫ്രിക്കൻ ആനകൾക്കായി കാട് തയ്യാറാകുന്ന ചുമതല ഉണ്ണിക്ക് ലഭിച്ചു. 20–30 ഡിഗ്രി കാലാവസ്ഥയിൽ കഴിയുന്ന ആഫ്രിക്കൻ ആനകളെ മരുച്ചൂടിലേക്ക് മാറ്റിപ്പാർപ്പിക്കുന്നത് വലിയ വെല്ലുവിളിയായിരുന്നു. ആഫ്രിക്കൻ കാട് അതേപോലെ മരുഭൂമിയിൽ പുനഃസൃഷ്ടിച്ചു. ഈ ജോലിയും മതിയാക്കി, രണ്ടുവർഷം മുമ്പാണ് നാട്ടിലേക്ക് മടങ്ങി കണ്ണൂരും കാസർകോട്ടുമായി ഉണ്ണി പ്രവർത്തനം സജീവമാക്കിയത്.

നീലേശ്വരത്തെ മരമില്ലിൽനിന്നും കിട്ടിയ പെരുംപാമ്പിനെയും എട്ട് മുട്ടകളെയും പയ്യന്നൂർ എടാട്ടെ വാടകവീട്ടിലെ ഉപയോഗശൂന്യമായ വാട്ടർ ടാങ്കിലിട്ട് പോറ്റി വിരിയിച്ചു. കഴിഞ്ഞയാഴ്ച അരുമകളായ എട്ടു മക്കളെയും ഉണ്ണി കാട്ടിലേക്കയച്ചു. ഔദ്യോഗിക തിരക്കിനിടയിൽ ഭാര്യയും മകൻ രണ്ടാംക്ലാസിൽ പഠിക്കുന്ന നിംഷ്രാജും ഉണ്ണിക്കൊപ്പം ജീവി പരിപാലനത്തിൽ സജീവമാണ്.

അച്ഛന്റെ പേരിലുള്ള ട്രസ്റ്റിൽ വലിയ പ്രതീക്ഷകളാണ് ഉണ്ണിക്കി

പ്പോൾ. വീട്ടിൽ അസൗകര്യങ്ങളുടെ കിടക്കയിൽ പരിപാലിക്കുന്ന പാമ്പിനും മയിലിനും മരപ്പട്ടിക്കും വലിയ പരിചരണകേന്ദ്രം വേണം. അതിൽ നാട്ടാന മുതൽ മരയോന്തിന് വരെ ചികിത്സ ലഭിക്കണം. മാർബിൾ കൊത്തുപണിക്കിടെ ഉണ്ണി കാണുന്ന സ്വപ്നങ്ങൾ വലുതാണ്.

ഇവരുടെ ഏകസഹോദരി മവിതയും കുട്ടിക്കാലത്ത് പാമ്പിനെ പരിപാലിച്ചിരുന്നു. അതിന്റെ ചിത്രങ്ങൾ മുമ്പ് പത്രങ്ങളിലൊക്കെ വന്നതുമാണ്. മവിതയും അമ്മ വാസന്തിയും ഇപ്പോൾ കുടുംബത്തിന്റെ തിരക്കിലൊതുങ്ങി. എങ്കിലും മഹീന്ദ്രൻ ബാക്കിവച്ച വന്യമായ വന്യജീവി സ്വപ്നങ്ങൾക്ക് നല്ല നിറമുണ്ടായിരുന്നെന്ന് അവർ ഇപ്പോൾ അത്ഭുതത്തോടെ ഓർക്കുന്നു.

ചെടിയമ്മ

ബസ്സ്റ്റാന്റിലും മറ്റും ചെറിയ പുസ്തകങ്ങൾ വിളിച്ചുപറഞ്ഞ് വില്ക്കുന്ന ആൾക്കാരെ ഓർമ്മ വരും ചെടിയമ്മയോട് സംസാരിക്കുമ്പോൾ. "...സോറിയാസിസിനാണെങ്കിലെ, നമ്മടെ അയ്യംപാനേടെ ഇല ഒണ്ടല്ലോ, ശിവമൂലി, നാഗവെറ്റില, മുറികൂട്ടി എന്നൊക്കെ പറയണ..., അതിന്റെ ഏഴ് ഇല എടുത്തിട്ട്, രണ്ട് ചെറിയ ഉള്ളീം പിന്നെ ഞാൻ തരുന്ന ഈ പച്ചില ഗുളികേം കൂട്ടിയരച്ച് രാവിലേം രാത്രിയും ഭക്ഷണത്തിന് മുമ്പ് തേനിൽ ചാലിച്ച് കഴിച്ചോണ്ടാ മതി.., ദാ ഇതാണ് അയ്യംപാന. ഇതിന്റൊരു കമ്പ് നിങ്ങ കൊണ്ടുപോയി പറമ്പിൽ നട്ടേ... നിങ്ങക്ക് തന്നെ ചെയ്യാവുന്ന മരുന്നല്ലെ ഇത്" ഇനിയിപ്പോ അയ്യംപാനയിലയൊന്നും തപ്പി നടക്കാൻ പറ്റാത്ത വരട്ടുചൊറിക്കാരാണ് നമ്മളെങ്കിൽ, അവർക്ക് ഒറ്റ നിമിഷംകൊണ്ട് മറ്റൊരു മരുന്നുണ്ട്. "...മുത്തിളറിയില്ലെ, അതിന്റെ 25 ഇലയും ഒരുചെറിയ കഷണം മഞ്ഞളും പിന്നെ ഒരു പച്ചില ഗുളികേം കൂടി അരച്ച് രാവിലെയും രാത്രീം ഭക്ഷണത്തിന് മുമ്പ് തേനിൽ ചാലിച്ച് കഴിക്കാവോ...?"

എൺപത്തിമൂന്നുകാരിയായ, മരുന്നിന് പോലും വായിൽ പല്ലു ബാക്കിയില്ലാത്ത, ഒറ്റനിമിഷംകൊണ്ട്, ഏത് രോഗത്തിനും ഒറ്റമൂലി നിർദ്ദേശിച്ചുകളയുന്ന കോഴിക്കോട് മുക്കം വാലില്ലാപ്പുഴ സ്വദേശി അന്നാമ്മ എന്ന ചെടിയമ്മ, സഞ്ചരിക്കുന്ന സസ്യശാസ്ത്ര നിഘണ്ടുവാണ്. അറുന്നൂറിലധികം ഔഷധച്ചെടികളുടെ പേരും പ്രത്യേകതയും ഒറ്റ ശ്വാസത്തിൽ വിവരിച്ച് കളയും അവർ. മിക്ക രോഗത്തിനും കിടിലൻ ഒറ്റമൂലികളും പറഞ്ഞുതരും. മരുന്നിനൊപ്പം തൊടിയിൽ നടാൻ ഔഷധച്ചെടിക്കമ്പും തന്നാണ് അവർ രോഗിയെ യാത്രയാക്കുക. സംസാരിച്ചു തുടങ്ങിയാൽ മുന്നിൽ കാണുന്ന ചെടിയുടെ തണ്ടും പറിച്ച് നമ്മെ ഏല്പിച്ച്, അതിന്റെ

മഹത്ത്വവും വിവരിച്ച് തൊടിയിൽ നടാനുള്ള ഉപദേശവുമായിട്ടായിരിക്കും ഈ ചെടികളുടെ അമ്മ നമ്മെ യാത്രയാക്കുക?

ചെടി മകൾ

വൈദ്യം അന്നമ്മയ്ക്ക് പാരമ്പര്യമായി കിട്ടിയതാണ്. കോട്ടയം ജില്ലയിലെ ആനിക്കാടുനിന്നാണ് അവരുടെ കുടുംബം കോഴിക്കോട്ടേക്ക്

അന്നാമ്മ

വന്നത്. ആനിക്കാട്ടെ കുട്ടിക്കാലത്ത് വല്യപ്പൻ ഇസ്ഹാഖ്, പച്ചിലമരുന്നുകൾ തയ്യാറാക്കുന്നത് ഒളിച്ചിരുന്ന് കാണാറുണ്ടായിരുന്നു. ഉഗ്രവിഷത്തിന് വരെ വല്യപ്പന്റെ കൈയിൽ മറുമരുന്നുണ്ട്. ചിറ്റപ്പന്മാർക്കും ആ കഴിവ് അല്പം കിട്ടിയിട്ടുണ്ട്. എന്റെ കുട്ടിക്കാലത്ത്, വല്യമ്മച്ചിയെ തേളുകുത്തിയൊരു സംഭവമുണ്ടായി. രാത്രിയായതിനാൽ, കിടന്നുറങ്ങുന്ന, വൈദ്യൻചിറ്റപ്പനെ വിളിച്ചു മരുന്നു ചോദിക്കാൻ എല്ലാവർക്കും മടി. കുഞ്ഞായിരുന്ന എന്നെ ചൂട്ടുംകത്തിച്ച് മുന്നിൽ നടത്തി, ചിറ്റപ്പനെ വിളിച്ച് കാര്യം പറഞ്ഞപ്പോൾ, ഒരു പുസ്തകം തന്നു. ഇതുനോക്കി അതേപോലെ ചെയ്താ മതീന്ന്. നറുനെയ്യ് ഇന്തുപ്പ് പൊടിച്ചിട്ട് ചൂടാക്കി തേളുകടിച്ച ഭാഗത്ത് പുരട്ടിക്കൊടുത്തപ്പോൾ നീരിറങ്ങി. അങ്ങനെ 12-ാം വയസ്സിൽ ഒറ്റമൂലി പൊടിക്കൈ ചെയ്തു തുടങ്ങി. അന്ന് നോക്കി പഠിച്ച

ആ ചികിത്സാപുസ്തകം ചിതലുകൊണ്ടുപോയി. ഓർമ്മയിൽ എഴുതി വച്ച ബാക്കി മരുന്നുപുസ്തകമാണിപ്പോൾ അന്നമ്മയെന്ന ചെടിയമ്മയുടെ ഇപ്പോഴത്തെ ജീവിതം. കോട്ടയത്തുനിന്നും കുടുംബത്തിന്റെ കോഴിക്കോട്ടേക്കുള്ള വരവും തുടർന്ന് എട്ടാംക്ലാസിലെ പഠിപ്പുനിർത്തലും വിവാഹവും എല്ലാം കഴിഞ്ഞപ്പോൾ, എല്ലാവരെയും പോലെ അന്നമ്മയും സാദാ വീട്ടമ്മയായി. പാരമ്പര്യ വഴിയിൽ കിട്ടിയ മരുന്നറിവെല്ലാം കെട്ടിപ്പൂട്ടി മനസ്സിന്റെ മച്ചകത്ത് വച്ചു.

ആറ് മക്കളിൽ ഇളയവൻ തോമസ്, ദേവഗിരി കോളേജിൽ എം എ പഠിത്തക്കാരൻ അർബ്ബുദം വന്നു മരിച്ചതാണ്, അന്നമ്മയെന്ന ചികിത്സക തിരിച്ചുവരാൻ കാരണം. ഇടയ്ക്കിടയ്ക്ക് ജലദോഷവും തുമ്മലും പതിവുള്ള ദീനക്കാരനായിരുന്നു അവൻ. പച്ചമരുന്ന് കൊടുക്കുമ്പോൾ അതൊക്കെ മാറുകയും ചെയ്യും. പിന്നെയാണറിഞ്ഞത്, ശ്വാസകോശത്തിൽ അർബ്ബുദമാണെന്ന്. വെല്ലൂരിൽ കൊണ്ടുപോയി ദീർഘനാളത്തെ ചികിത്സ കൊണ്ടൊന്നും രക്ഷയില്ലാതായി. വേർപിരിയിലിന്റെ മഹാസങ്കടത്തിനിടയ്ക്ക്, അവൻ പറഞ്ഞതാണ്, അമ്മച്ചി, ഒറ്റമൂലി ചികിത്സ തുടരണമെന്ന്. അമ്മച്ചിയുടെ പച്ചമരുന്ന് തുടർന്നിരുന്നെങ്കിൽ താൻ പിന്നെയും കുറെ കാലം ജീവിക്കുമെന്ന പ്രതീക്ഷയിലാണ് അവൻ പോയത്. മകന് ബാക്കി വച്ച മരുന്നുകൂട്ടുകളുടെ കഥയോർത്ത് ചെടിയമ്മച്ചേച്ചി കണ്ണീർ വാർത്തു. ആധുനിക വൈദ്യശാസ്ത്രം അർബ്ബുദരോഗിയെ കൊല്ലുന്നതിന്റെ സങ്കടം വിവരിച്ച് ഒരു പുസ്തകം തന്നെ അവർ എഴുതി. ഇതടക്കം പ്രകൃതി ചികിത്സയുടെ മർമ്മം വിവരിക്കുന്ന നിരവധി പുസ്തകങ്ങളുടെയും രചയിതാവാണ് അവർ.

ആനിക്കാടുനിന്നും ഭർത്താവിനൊപ്പം മുക്കത്തെ വീട്ടിലെത്തിയപ്പോഴും ചെടിപ്രേമം അന്നമ്മ കൈവിട്ടിരുന്നില്ല. വീടിനുചുറ്റും ഔഷധച്ചെടികൾ. ഇല്ലാത്ത ചെടിത്തരമില്ല. അവ അന്വേഷിച്ച് നടക്കലും മറ്റു വീടുകളിൽ നടണമെന്ന് ഉപദേശവും പതിവായപ്പോൾ നാട്ടുകാരാണ് ചെടിയമ്മ എന്ന പേരു നല്കിയത്. പതിയെ അന്നമ്മ എന്ന പേരുപോലും അവർ മറന്നു. എല്ലാവർക്കും ചെടിയമ്മ, അല്പം മുതിർന്നവർക്ക് ചെടിയമ്മ ചേച്ചി. തൊണ്ണൂറുകൾ മുതലാണ് ചെടിയമ്മ മുക്കത്ത് ചെടി ജീവിതം സജീവമാക്കിയത്. ആയുർവ്വേദ ഡോക്ടർമാർക്കും കാലിക്കറ്റ് സർവ്വകലാശാലയിലെ ഗവേഷക വിദ്യാർത്ഥികൾക്കും മുതൽ, കുടംബശ്രീ സദസ്സുകൾക്കുംവരെ തുടർന്ന അവരുടെ ക്ലാസ്വേദികൾ ആയിരം കവിയും. ഏതുസ്ഥലത്തായാലും പോകുമ്പോൾ മിനിമം എഴുപതിൽപ്പരം ചെടിതണ്ടുകൾ കൈയിൽ കരുതും. അവയുടെ ഗുണഗണങ്ങളും തൊടിയിൽ അവ വളർത്തേണ്ടതിന്റെയും കാര്യകാരണങ്ങളും വിവരിക്കും.

കാസർകോട് പിലിക്കോട് ഉത്തരമേഖലാ കൃഷിവിജ്ഞാന കേന്ദ്രത്തിന്റെ ശതാബ്ദിയാഘോഷത്തിന്റെ ഭാഗമായി സംഘടിപ്പിച്ച കൃഷിമേളയിലെ പ്രധാന വിഭവമാണിപ്പോൾ ചെടിയമ്മ. ആയിരത്തോളം സ്റ്റാളുകളാണ് പ്രദർശനത്തിലുള്ളത്. എന്നാൽ ഒരുല്പന്നവും പ്രദർശി

പ്പിക്കാതെ മുന്നിൽ കാണുന്ന എല്ലാ ചെടികളെയും ഉല്പന്നമാക്കി, ചെടിയമ്മ നല്കുന്ന തത്സമയക്ലാസ് കാണാനും പഠിക്കാനും അനവധി പേരെത്തുന്നുണ്ട്. അജാനൂർ ഇഖ്ബാർ ഹയർസെക്കന്ററി സ്കൂളിലെ വിരമിച്ച അദ്ധ്യാപകൻ മോഹനന്, ചെടിയമ്മയെ മുമ്പേ പരിചയമുണ്ട്. മകളുടെ ഒരസുഖത്തിന് മരുന്ന് തേടിയാണ് ചെടിയമ്മയെ കണ്ടത്. ഇപ്പോൾ പിലിക്കോട്ടെത്തിയ അവരെ കണ്ട് പഴയ മരുന്നിന്റെ നന്ദി അറിയിക്കുകയാണ് മാഷ്. "നോക്കൂ... എന്റെ ചികിത്സയുടെ ഫീസിതാണ്. എവിടെ പോയാലും ഞാൻ മരുന്നു പറഞ്ഞുകൊടുത്ത ആൾക്കാർ കാണും. അവരുടെ തൊടിയിലും മനസ്സിലും ഞാൻ പറഞ്ഞുകൊടുത്ത ഔഷധച്ചെടിയും തീർച്ചയായും കാണും.

കാഞ്ചനയുടെ കൂട്ടുകാരി

മുക്കത്തെ അനശ്വരപ്രണയ നായിക കാഞ്ചനയുടെ അടുത്ത കൂട്ടുകാരി കൂടിയാണ് അന്നമ്മാചേടത്തി. തന്റെ രണ്ടാം ചെടിജീവിതത്തിന് മുഖ്യകാരണക്കാരി കാഞ്ചനയാണെന്നും അവർ പറയും. മുക്കത്തെ ബി പി മൊയ്തീൻ സേവാമന്ദിരത്തിൽ ക്ലാസെടുത്താണ് തുടക്കം. അതിന് പ്രേരണയായതും കാഞ്ചന. കുട്ടിക്കാലത്തെ കാഞ്ചനയെയറിയാം. കാഞ്ചനയുടെ അച്ഛനുമായി തന്റെ വീട്ടുകാർക്ക് നല്ല അടുപ്പമുണ്ട്. പ്രണയസുരഭിലമായ കാഞ്ചനയുടെ ആദ്യകാലത്ത് അവരുടെ ജീവിതസംഘർഷങ്ങൾക്കും അന്നമ്മാചേടത്തി സാക്ഷിയായിട്ടുണ്ട്. തന്റെ ചെടിപ്രേമം മുമ്പേ അറിയാവുന്നതിനാലാണ്, സേവാമന്ദിറിൽ ക്ലാസെടുക്കാൻ വിളിച്ചത്. തന്റെ ചെടിയറിവ്, കാഞ്ചന തിരുവനന്തപുരത്ത് സാമൂഹ്യക്ഷേമ ബോർഡിനെ അറിയിച്ചു. അങ്ങനെയാണ് കോഴിക്കോടിന് പുറത്ത് ചെടിയമ്മ അറിയപ്പെട്ടു തുടങ്ങുന്നത്.

കാഞ്ചന പറഞ്ഞറിഞ്ഞ്, കോഴിക്കോട്ടെ ചിലകേന്ദ്രങ്ങളിലും കൃഷി ഓഫീസർമാരും മറ്റും ചെടിയമ്മയെ അപ്പോഴേക്കും ക്ലാസെടുക്കാൻ കൊണ്ടുപോയിത്തുടങ്ങി. കൃഷി വകുപ്പിന്റെ ജീപ്പിൽ ക്ലാസുകഴിഞ്ഞ് വീട്ടിൽ പോകുമ്പോൾ ഡ്രൈവർ മൂത്രത്തിൽ കല്ലിന്റെ സങ്കടം പറഞ്ഞു. ഓർമ്മയിൽനിന്ന് അപ്പോൾ തന്നെ ഒരുകുറിപ്പടി വിവരിച്ചു. മുരിങ്ങ വേരിന്റെ തൊലിയെടുത്ത് പുറംതോല് കളഞ്ഞ് ഉണക്കിപ്പൊടിച്ച്, വെള്ളത്തിലിട്ട് തിളപ്പിച്ചുകുടിക്കാൻ നിർദ്ദേശിച്ചു. വേദന പോയെന്നുകാട്ടി, അയാളെഴുതിയ അഭിനന്ദനക്കത്തായിരുന്നു, പിന്നീട് ചെടിയമ്മയ്ക്ക് കിട്ടിയ പ്രതിഫലം.

കാലിക്കറ്റ് സർവ്വകലാശയുടെ ഫോക്കുലോർ വിഭാഗത്തിൽ അനുഭവങ്ങൾ പങ്കിടാനായിരുന്നു ചെടിയമ്മ പോയത്. ഫലത്തിൽ അത് ബോട്ടണി വിദ്യാർത്ഥികൾക്കുള്ള ക്ലാസ് കൂടിയായി. ബോട്ടണി ബിരുദാനന്തര ബിരുദക്കാരായിരുന്നു ആ ക്ലാസിൽ അധികവും. ആയുർവ്വേദ ഡോക്ടർമാർക്ക് ചെടിയറിവ് പകരാനും അവർ പോകുന്നുണ്ട്. ഡോക്ടർമാർക്ക് തിയറി മാത്രമേ അറിയൂ. ചെടിയെ കണ്ടാൽ പരിചയമുണ്ടാ

കില്ല. കിട്ടിയ ചെടിയുടെ പേരും വിവരവും നേരിട്ട് പറഞ്ഞുകൊടുക്കാനാണ് ഡോക്ടർമാർക്കുള്ള ക്ലാസ്. ആദിവാസി വൈദ്യന്മാർക്കും അവർ ഒറ്റമൂലി സൂത്രം നല്കി. തിരിച്ചും നമുക്കറിയാത്ത കാര്യം കിട്ടിയെന്ന് ചെടിയമ്മ. നാടൊട്ടുക്കം പോയി ക്ലാസെടുത്താൽ വേറൊരു ഗുണമുണ്ട് പല ചെടികളുടെയും പ്രാദേശിക നാമം നമുക്ക് കിട്ടും. ചില ഒറ്റമൂലികളും.

ഒളവണ്ണ ബോട്ടാണിക്കൽ ഗാർഡൻ, വയനാട് സുഗന്ധവിള ഗവേഷണകേന്ദ്രം, തളിപ്പറമ്പ് ജൈവ വളപ്ലാന്റ് തുടങ്ങിവയടക്കം നിരവധി സ്ഥലങ്ങളിലെ ചെടികൾക്ക് പേരെഴുതാനും മാർഗ്ഗദർശിയായി അവർ പോയിട്ടുണ്ട്. റബ്ബർ ഷീറ്റടിക്കുമ്പോൾ ഉണ്ടാകുന്ന മലിനജലത്തിൽ നിന്ന് ജൈവ കീടനാശിനി, മുത്തിളും മഞ്ഞളും ചേർന്നുണ്ടാക്കിയ ത്വക് രോഗ നാശിനി എന്നിവ ചെടിയമ്മയുടെ സ്പെഷ്യൽ കണ്ടുപിടുത്തങ്ങളാണ്.

മകന്റെ വേർപാടിൽ തളർന്ന തന്നെ വീണ്ടും ചെടികളുടെ ലോകത്തേക്ക് തിരിച്ചു നടത്തിയത് ഭർത്താവ് ദേവസ്യയാണെന്ന് ചെടിയമ്മ പറഞ്ഞു. ദേവസ്യ രണ്ടായിരത്തിൽ അർബ്ബുദം ബാധിച്ചുമരിച്ചു. ഇപ്പോൾ മുക്കത്തെ സ്വകാര്യ ആയുർവേദ ആശുപത്രിയിൽ ചികിത്സകയാണിവർ. അവിടെയെത്തുന്നവർക്ക് പ്രത്യേകിച്ചും; നാടൊട്ടുക്ക് സെമിനാറുകളിലും പ്രദർശനങ്ങളിലും ചെടിയറിവ് പകർന്ന് ചെടിയമ്മ നാടാകെ പടരുകയാണ്.

അന്നാമ്മ

തൊടിയെ തിരിച്ചുപിടിക്കണം

കീടനാശിനി കലരാത്ത അടുക്കള ഔഷധത്തോട്ടമാണ് ചെടിയമ്മ കാണുന്ന മഹത്തായ സ്വപ്നം. അതിനവർ ലളിതമായ ഉദാഹരണം പറയും. ആർക്കും വേണ്ടാത്ത പപ്പായ കാക്ക കൊത്തിപോകും. അതിൽ സങ്കടമില്ലാത്ത നമ്മൾ കീടനാശിനി മുക്കിയെടുത്ത കാബേജും കോളിഫ്ളവറും മാർക്കറ്റിൽനിന്നും വാങ്ങും. കാഴ്ചശക്തിക്കും ദഹനത്തിനും ഏറെ നല്ലതാണ് പപ്പായ. അതുകഴിക്കാത്ത നമ്മളുടെ കുട്ടികൾ ചെറുപ്പത്തിലേ 'കണ്ണട'ക്കാരാകും. കാക്കക്കറുമ്പിയുടെ കാഴ്ച തെളിയും.

ശാസ്ത്രജ്ഞൻ ദിവാകരൻ

ദിവാകരൻ എന്ന ചെത്തുതൊഴിലാളി മകരമാസത്തിലും ചെത്തു മുടക്കാറില്ല. തെങ്ങിന്റെ ഉയരത്തിൽ കയറുമ്പോൾ, പുഴയിൽനിന്നും അരിച്ചെത്തുന്ന ഒരുതരം തണുപ്പുകാറ്റുണ്ട്. അദ്ദേഹത്തിന് കുട്ടിക്കാലത്തെ പരിചയമുള്ള തണുപ്പുകാറ്റ്. പിന്നീടത്, അതേ അളവിൽ ദിവാകരന് അനുഭവപ്പെട്ടത് കേന്ദ്രതോട്ടവിള ഗവേഷണകേന്ദ്രത്തിന്റെ (സി പി സി ആർ ഐ) ശീതികരിച്ച സമ്മേളനഹാളിലാണ്. ഇന്ത്യയിലെ തന്നെ അറിയപ്പെടുന്ന കൃഷിശാസ്ത്രജ്ഞരോട്, തന്റെ കൃഷിയിടത്തിലെ അനുഭവങ്ങൾ പങ്കുവച്ചപ്പോഴും ശീതീകരണയന്ത്രത്തിൽനിന്നും തുടരെ തണുപ്പുകാറ്റ് അടിച്ചു. ആ തണുപ്പിനൊപ്പം അവിടെ കൂടിയിരുന്ന കൃഷി ഗവേഷകരെല്ലാം ദിവാകരനെ നിറഞ്ഞ് കൈയടിച്ച് പ്രോത്സാഹിപ്പിച്ചു.

“ഗവേഷണലാബിലെ പരീക്ഷണങ്ങളുടെ ഫലമായ കണ്ടെത്തലുകൾക്ക് മാത്രമല്ലല്ലോ നാം അംഗീകാരം കൊടുക്കേണ്ടത്. കൃഷിയിടത്തിൽ നിന്നും ലഭിക്കുന്ന നിരന്തര അനുഭവങ്ങൾ കോർത്താണ് ദിവാകരനെപോലൊരാൾ സംസാരിക്കുന്നത്. ശാസ്ത്രീയമായി അതിന് പൂർണ്ണമായ അടിത്തറയുണ്ടെന്ന് പറയാനാകില്ലെങ്കിലും ഗവേഷണ സമാനമായ അദ്ദേഹത്തിന്റെ കാർഷികജീവിതം പ്രോത്സാഹിപ്പിക്കേണ്ടത് തന്നെയാണ് – ദിവാകരന്റെ ഗവേഷണത്തിന് സി പി സി ആർ ഐ പ്രിൻസിപ്പൽ സയന്റിസ്റ്റ് സി തമ്പാൻ മാർക്കിടുന്നത് ഇങ്ങനെ.

“ഗവേഷണ ലാബിലെ കണ്ടെത്തലുകൾക്കൊപ്പം തന്നെ പ്രസക്തിയുണ്ട് ദിവാകരന്റെ കണ്ടുപിടുത്തങ്ങൾക്കും. കൃഷിയിടത്തിൽ അദ്ദേഹം തുടരുന്ന നിതാന്ത ജാഗ്രതയും പുതിയവ കണ്ടെത്താനുള്ള അടങ്ങാത്ത ആഗ്രഹവും സമ്മതിച്ചേ പറ്റൂ”– നീലേശ്വരത്തെ കൃഷി അസിസ്റ്റന്റും

കാർഷിക പത്രപ്രവർത്തകയുമായ ആർ വീണാറാണി പ്രതികരിച്ചത് ഇങ്ങനെ.

ജീവിതം

പൂന്തോട്ടം കഴിഞ്ഞ് കയറിവരുന്ന വഴിക്കരികിൽത്തന്നെ കോൺക്രീറ്റിൽ തീർത്താരു പട്ടിക്കൂട് കാണാം. തേച്ചുവെടിപ്പാക്കിയ ആ കൂടിന് ഒറ്റനോട്ടത്തിൽ പ്രത്യേകതയൊന്നുമില്ല. നമ്മൾ പരിചയപ്പെടാൻ പോകുന്ന ദിവാകരന്റെ ഒരു സാമ്പിൾ ഐറ്റമാണ് ഈ പട്ടിക്കൂട്. ഇതിന്റെ കോൺക്രീറ്റിൽ ഇരുമ്പ് കമ്പിയില്ല, പകരം നല്ലമൂത്ത കവുങ്ങ് ചെത്തി കമ്പിപരുവമാക്കി. ചേരുവയിൽ ചല്ലിയും ചേർത്തിട്ടില്ല, പകരം ചിരട്ടക്കഷണം ചേർത്ത് വാർത്തു. ജൈവകൃഷി എന്നൊക്കെ പറയുന്നതുപോലെ ഇതാണ് ജൈവ കോൺക്രീറ്റ്. ഇന്റർനെറ്റിൽ ഈ ജൈവകോൺക്രീറ്റ് വിശേഷം അറിഞ്ഞ സായ്പന്മാർവരെ ദിവാകരനെ വിളിച്ചു കാര്യങ്ങൾ അന്വേഷിച്ചു.

കാസർകോട് ജില്ലയിൽ നീലേശ്വരം നഗരസഭയിൽ പെടുന്ന കടിഞ്ഞിമൂലയിലെ പുഴയ്ക്കരികിലാണ് ശാസ്ത്രജ്ഞൻ ദിവാകരന്റെ വീട്. പുഴയ്ക്കും വീടിനും ഇടയിലുള്ള തെങ്ങിൻ തോപ്പിലാണ് ഇദ്ദേഹത്തിന്റെ പൂന്തോട്ടം. ആയിരക്കണക്കിന് തരം ചെടികൾ, പൂക്കൾ കാട്ടിയും മണം പരത്തിയും നമ്മെ കാത്തിരിക്കുന്നു. എല്ലാത്തിന്റെയും ശാസ്ത്രീയനാമം ഇംഗ്ലീഷിലും നാട്ടുപേര് മലയാളത്തിലും പകർത്തിയെഴുതിയ അസ്സൽ ബൊട്ടാണിക്കൽ ഗാർഡനാണിത്. പത്താം ക്ലാസ് വരെ മാത്രം പഠിച്ച ചെത്തുതൊഴിലാളിയായ ദിവാകരന്, തെങ്ങുമാത്രം നോക്കി നടന്നാൽ പോരെയെന്നാകും ചിലരെങ്കിലും അപ്പോൾ ചിന്തിക്കുക. വെറും ചെത്തുകാരൻ ദിവാകരൻ മാത്രമായിരുന്നെങ്കിൽ മതിയായിരുന്നു; കൃഷിശാസ്ത്രജ്ഞന് അതൊന്നും പോരല്ലോ. അങ്ങനെയൊന്നും പറ്റില്ലല്ലോ.

ദിവാകരൻ

ജൈവ കോൺക്രീറ്റ് പോ

ലെ, ആരാലും ആലോചിക്കാൻ മടിക്കുന്ന 'ഭ്രാന്തൻ' ആശയങ്ങളുടെ ആശാനാണ് ദിവാകരൻ. അഞ്ചുവർഷം മുമ്പ് സർക്കാർ ഏറ്റെടുത്ത് പ്രചരിപ്പിച്ചു തുടങ്ങിയ തെങ്ങിൽനിന്നുള്ള നീര എന്ന ഉല്പന്നം, താൻ 15 വർഷം മുമ്പ് ഉണ്ടാക്കിയെന്ന് ദിവാകരൻ അവകാശപ്പെടുന്നു. മാധ്യമങ്ങളിൽ നീരയുടെ വിശേഷം അറിഞ്ഞപ്പോഴാണ്, ഇത് താൻ ഇടയ്ക്കിടെയുണ്ടാക്കുന്ന നീരാമൃതമാണെന്ന് മനസ്സിലായത്. നീരാമൃതത്തിനൊപ്പം നീരാ ടോണിക്, നീരാ ജാം, ചോക്കളേറ്റ്, ഐസ്ക്രീം, പൽപ്പൊടി, ടൂത്ത് പേസ്റ്റ് എന്നിവയും ഉണ്ടാക്കിയ ദിവാകരൻ പേറ്റന്റിനായി അപേക്ഷിച്ചിരിക്കുകയാണിപ്പോൾ. ചെന്നൈയിലെ ഇന്റലക്ചൽ പ്രോപ്പർട്ടി പേറ്റന്റ് ഓഫീസിൽനിന്നും തെളിവെടുപ്പിനുള്ള കടലാസും ലഭിച്ചു. അതിന്റെ ഫീസും അടച്ചു.

മണ്ണിര കമ്പോസ്റ്റ് നിർമ്മാണം മുതൽ കീടനിയന്ത്രണത്തിനുള്ള നാടൻ വഴികൾ വരെ ദിവാകരൻ കണ്ടെത്തിയ കാര്യങ്ങൾ പിന്നെയുമുണ്ട്. കേസരി എന്ന പേരിൽ പുതിയ തരം മണ്ണിരയെ വികസിപ്പിച്ചു. ഈ കണ്ടെത്തൽ ദേശീയ ഇന്നവേഷൻ ഫൗണ്ടേഷൻ അവാർഡിന്റെ സാദ്ധ്യതാപട്ടികയിൽ അദ്ദേഹത്തെ എത്തിച്ചു. കൊമ്പൻ ചെല്ലിയുടെ ലാർവയെക്കൊണ്ട് കമ്പോസ്റ്റ് നിർമ്മാണം, കാടക്കോഴികൾക്ക് ചിലവുകുറഞ്ഞ തീറ്റ നിർമ്മാണം (ജലസസ്യമായ ലെംന സംസ്കരിച്ച് എളുപ്പത്തിൽ കോഴിത്തീറ്റയാക്കാം), വേരുതീനി പുഴുക്കളുടെ വണ്ടിനെ ഇല്ലാതാക്കൽ (സംഗതി ലളിതമാണ്: ജൂണിൽ ആദ്യമഴയ്ക്കാണ് വേരുതീനി പുഴുക്കളുടെ വണ്ട് വിരിയുന്നത്. ഏപ്രിലിൽ മണ്ണിൽ നന്നായി നനച്ചാൽ ഇതിന്റെ മുട്ടകൾ നശിച്ചുപോകുമത്രെ) ഇങ്ങനെ പോകുന്നു ദിവാകരന്റെ പരീക്ഷണ നിരീക്ഷണങ്ങൾ. ചിതലിനെ വേരുതീനിപ്പുഴുക്കളുടെ അന്തകനാക്കി മാറ്റാമെന്നും അദ്ദേഹം പറയുന്നു. ഈ പ്രൊജക്റ്റ് കണ്ണൂർ ജില്ലയിലെ ഏറ്റുകുടുക്ക സ്കൂളിലെ കുട്ടികൾ ഏറ്റെടുത്തപ്പോൾ അവർക്ക് സംസ്ഥാന അവാർഡും ലഭിച്ചു.

തെങ്ങിന്റെ ചെന്നീരൊലിപ്പ് തടയാനുള്ള ലളിതമാർഗ്ഗങ്ങളും അദ്ദേഹത്തിനുണ്ട്. തെങ്ങുകയറ്റക്കാർക്കായി സ്പെഷ്യൽ കൈകാലുറയും അദ്ദേഹം ശുപാർശ ചെയ്യുന്നു. സ്കൂളുകളിലെ ശാസ്ത്രമേളയിലും മറ്റും കാർഷിക പ്രൊജക്റ്റുകൾക്ക് ഉപദേശകനായും ദിവാകരന് ഇപ്പോൾ തിരക്കേറെയാണ്. പച്ചക്കറിത്തോട്ടം, കൊമ്പൻ ചെല്ലിയുടെ ലാർവ കമ്പോസ്റ്റ് എന്നിവ സ്കൂളുകളിൽ തയ്യാറാക്കി നല്കുന്നതിന്റെ ആശാൻ കൂടിയാണ് ദിവാകരൻ. അപൂർവ്വ ചിത്രത്തവള, പല്ലില്ലാത്ത അരിത്തവള, ആപ്പിൾ കണ്ടൽ എന്നിവയും സ്കൂൾ കുട്ടികൾക്ക് ദിവാകരൻ പരിചയപ്പെടുത്തി.

കാർഷിക സർവ്വകലാശാല 2008 ൽ കൃഷിരീതി വിഭാഗത്തിൽ മികച്ച കർഷകനായി ദിവാകരനെ തെരഞ്ഞെടുത്തു. സംസ്ഥാന മൃഗസംരക്ഷണ മേളയിൽ പ്രതിഭാ പുരസ്കാരം, കഴിഞ്ഞ വർഷം വനംവകുപ്പിന്റെ പ്രകൃതി മിത്ര അവാർഡ് തുടങ്ങി സ്കൂളിലെ എൻ എസ് എസ് അവാർ

ഡുവരെ നീളുന്നുണ്ട് അംഗീകാരങ്ങൾ. വീട്ടിലെ ചെറിയ ഷോകേസിൽ നിറഞ്ഞിരിക്കുന്നു അവ.

ജീവനം

രണ്ടുവർഷം മുമ്പ് ദിവാകരൻ സ്വയം ആവിഷ്കരിച്ച് നടപ്പാക്കിയ പ്രകൃതിസംരക്ഷണ പ്രവർത്തനമാണ് ജീവനം. നീലേശ്വരം നഗരസഭയ്ക്കകത്ത് തുടങ്ങിയ പദ്ധതി, ഇപ്പോൾ കണ്ണൂർ ജില്ലയിലെ സ്കൂളുകളിലേക്ക് വരെ വ്യാപിപ്പിച്ചു. ജീവിക്കാൻ വനം, വെള്ളം, ശുദ്ധവായു- അതാണ് ജീവനം. മനുഷ്യമനസ്സിൽ അതിജീവനത്തിന്റെ വിത്തുകൾ പാകുന്ന നൂതന പദ്ധതിയത്രെ ഇത്: ജീവനത്തെക്കുറിച്ച് ചോദിച്ചാൽ ദിവാകരന്റെ നിർവ്വചനമാണിത്. ഇതിനകം പതിനായിരത്തിലധികം വൃക്ഷത്തൈകൾ ഈ പദ്ധതിയിൽ ദിവാകരൻ സൗജന്യമായി വിതരണം ചെയ്തു. കുടുംബശ്രീകൾ, റസിഡൻസ് അസോസിയേഷനുകൾ, സ്കൂൾ- കോളേജ് എൻ എസ് എസ് യൂണിറ്റുകൾ, രാഷ്ട്രീയ യുവജനസംഘടനകൾ, ക്ഷേത്രഭാരവാഹികൾ തുടങ്ങി 25ഓളം സന്നദ്ധസംഘടനകളുടെ പരിപാടികളിലാണ് ദിവാകരൻ വൃക്ഷത്തൈ സൗജന്യമായി കൈമാറിയത്. എല്ലാം സ്വന്തം പറമ്പിൽ പരിപാലിച്ചവ. സ്വന്തം ചിലവിൽ പോറ്റിയവ. അതിൽ അത്തി മുതൽ അരയാൽ വരെയുള്ളവയുണ്ട്. വേപ്പ്, നെല്ലി, കറിവേപ്പ്, ലക്ഷ്മിതരു, മുള്ളാത്ത, അശോകം, കണിക്കൊന്ന, പതിമുഖം, മുരിങ്ങ തുടങ്ങിയവയാണ് വിതരണം ചെയ്യുന്നതിൽ സ്പെഷ്യലുകൾ. ഇത്തരം ഔഷധച്ചെടികൾ നടുന്നതിന്റെ ശാസ്ത്രീയ അടിത്തറയും പറഞ്ഞുതരും അദ്ദേഹം. ഇതാ സാമ്പിൾ: പുരയിടങ്ങൾ ഔഷധച്ചെടികളാൽ സമൃദ്ധമായാൽ, അതുപുറത്തുവിടുന്ന ഓക്സിജൻ നമ്മുടെ ശ്വാസകോശത്തെ ശുദ്ധീകരിക്കും. അവയുടെ ഇലകൾ നമ്മുടെ തൊടിയെ ഫലപുഷ്ടിയുള്ളതാക്കും. അവയിലൂടെ ഊർന്നിറങ്ങുന്ന മഴത്തുള്ളികൾ നമ്മുടെ കിണറുകളെ സമൃദ്ധമാക്കും... സർവ്വ രോഗത്തിനും സിദ്ധൗഷധമാണ് നമ്മുടെ തൊടിയിലെ ഈ സസ്യജാലങ്ങൾ... മദ്ധ്യവയസ്സിലെത്തിയ ദിവാകരൻ അങ്ങനെ പറയുമ്പോൾ തികഞ്ഞ തത്ത്വജ്ഞാനി കൂടിയാകും.

കുറിഞ്ഞി

കാസർകോട് അന്ധവിദ്യാലയത്തിൽ പൂക്കളുടെ സുഗന്ധം ആസ്വദിക്കാനായി മാത്രം മണമുള്ള പൂക്കളൂടെ പൂന്തോട്ടവും അദ്ദേഹം നിർമ്മിച്ചു. അദ്ദേഹം പരിപാലിക്കുന്ന ഔഷധച്ചെടികളുടെ വൈവിദ്ധ്യം കണ്ടാൽ തന്നെ അമ്പരന്നുപോകും. ജീരകച്ചെടി മുതൽ ആൽമരം വരെ കടിഞ്ഞിമൂലയിലെ പൂന്തോട്ടത്തിലുണ്ട്. നാളെ ഏതെങ്കിലും സ്കൂൾ മുറ്റത്ത് പരിലസിക്കേണ്ടവ. കണ്ടൽച്ചെടി നടലാണ് മറ്റൊരു ദൗത്യം. സ്കൂൾ കുട്ടികളെയുംകൊണ്ട്, കാസർകോട്ടെ തീരത്ത് കണ്ടൽ നടുന്ന ദിവാകരന്റെ ചിത്രം, മാധ്യമങ്ങളിലെ പതിവ് പ്രാദേശിക വാർത്തയാ

ണിപ്പോൾ. കല്ലേൻ പൊക്കുടൻ കഴിഞ്ഞാൽ ഇത്രമാത്രം കണ്ടലുകൾ നട്ട മറ്റൊരാൾ ഉത്തരദേശത്തുണ്ടാകില്ല.

നീലക്കുറിഞ്ഞി വർഗ്ഗത്തിൽപെട്ട ചെറിയൊരു ചെടി നീലപ്പൂവുമായി വിളിക്കുന്നതും ദിവാകരന്റെ പൂന്തോട്ടത്തിൽ കണ്ടു. ആറുവർഷം മുമ്പ് വയനാട്ടിൽനിന്ന് കൊണ്ടു വന്നു നട്ടതാണ്. ഒരുമാസം മുമ്പാണ് പൂക്കളുണ്ടായത്. സ്ടോബിലാന്തസ് കംപാനുലേറ്റസ് എന്ന കുറിഞ്ഞിയിനമാണിതെന്ന് കാസർകോട് ഗവ. കോളേജിലെ ബോട്ടണി അദ്ധ്യാപകൻ പി ബിജു സാക്ഷ്യപ്പെടുത്തുന്നു. മൂന്നാറിൽ 12 വർഷത്തിലൊരിക്കൽ പൂക്കുന്ന സ്ടോബിലാന്തസ് കുന്തിയാന ചെടിയുടെ കുടുംബക്കാരി. അനുകൂല സാഹചര്യമുണ്ടായാൽ എപ്പോൾ വേണമെങ്കിലും പൂവിടാം. 1500 മീറ്റർ ഉയരമുള്ള ഹൈറേഞ്ച് മേഖലകളിൽ മാത്രം പൂക്കുന്ന ഇത്തരം കുറിഞ്ഞിയിനം ഈ പുഴയ്ക്കരികിൽ വിരിഞ്ഞത്, ആദ്യമായാണ് റിപ്പോർട്ട് ചെയ്യുന്നത് - ചെങ്കൽപ്പാറയിലെ സസ്യവൈവിദ്ധ്യങ്ങളെക്കുറിച്ച് ഗവേഷണം നടത്തുന്ന ബിജു പറയുന്നു.

ഒറ്റയാൾ പട്ടാളം

കണ്ണൂർ ടൗണിൽനിന്നും നാല്പത് കിലോമീറ്റർ തളിപ്പറമ്പ് ആലക്കോട് ഭാഗത്തേക്ക് പോയാൽ വിളക്കന്നൂരായി. അവിടെയാണ് പയ്യാമ്പലത്ത് താമസിക്കുന്ന ലിയോണാഡ് ജോണിന്റെ റെഡ്സ്റ്റാർ എസ്റ്റേറ്റ്. വലിയ കറുവപ്പട്ടത്തോട്ടമായിരുന്നു അത്. ഇപ്പോൾ നാല്പതേക്കറിൽ ഒതുങ്ങി. കേരളത്തിലെ പത്തിൽ താഴെ മാത്രം വരുന്ന കറുവപ്പട്ട എസ്റ്റേറ്റിലൊന്ന്. അരികത്തായി 60 ഏക്കർ റബ്ബർ തോട്ടവുമുണ്ട്. റബ്ബറിന്റെയും കറുവപ്പട്ടയുടെയും വില കുത്തനെയിടിഞ്ഞ് മണ്ണുതൊട്ട ഇതേ മണ്ണിൽ നിന്നാണ് ലിയോണാഡ് ജോണിന്റെ പോരാട്ടത്തിന്റെ കഥ തുടങ്ങുന്നത്. 'എലവർങ്ഗം' എന്ന് ആയുർവേദത്തിൽ വിളിക്കുന്ന കറുവപ്പട്ടയുടെ അപകടകരമായ തോതിൽ വിഷാംശമുള്ള വ്യാജൻ 'കാസിയ' വിപണിയിൽ വിലസുന്നതിന്റെ കാരണം തേടിയാണ് അദ്ദേഹം യാത്ര തുടങ്ങിയത്. കാസിയ വിഷമാണെന്ന പ്രചാരണവുമായി അദ്ദേഹം കേരളത്തിലെയും കർണ്ണാടകത്തിലെയും പ്രസ്ക്ലബുകളിൽ നിരന്തരം കയറിയിറങ്ങി. ഇറക്കുമതി നിരോധിച്ച ഇന്ത്യയിലെ തുറമുഖങ്ങളിൽ പോയി കാസിയയുടെ വരവിനെക്കുറിച്ച് പഠിച്ചു. തുറമുഖങ്ങളിലെ ഉദ്യോഗസ്ഥരിൽനിന്നും വിവരാവകാശം വഴി നിരന്തരം ഉത്തരങ്ങൾ തേടി. ഒറിജിനൽ കറുവപ്പട്ടയ്ക്ക് 250 രൂപയ്ക്ക് മേൽ ഉല്പാദനച്ചെലവ് വരുമ്പോൾ, കാസിയ വെറും 35 രൂപയ്ക്ക് ഇന്ത്യയിൽ ഇറക്കുമതി ചെയ്ത് ലഭിക്കുന്നുണ്ട്. ഈ സാമ്പത്തിക താല്പര്യത്തിൽ എല്ലാവരും കാസിയ വാങ്ങിയപ്പോൾ അരുതെന്ന് വിലക്കാൻ ജോൺ എന്ന കർഷകൻ തന്റെ നേരവും പണവും അദ്ധ്വാനവും പത്തുവർഷത്തിലധികമായി ചിലവിട്ടുകൊണ്ടേയിരിക്കുകയാണ്.

വ്യവഹാരി

കറുവപ്പട്ടയുടെ വ്യാജനായ കാസിയ പ്രധാനമായും ചൈന, വിയറ്റ്നാം, ഇന്തോനേഷ്യ എന്നിവിടങ്ങളിൽനിന്നാണ് ഇന്ത്യയിലെത്തുന്നത്. യൂറോപ്പിൽ നിരോധിച്ച കാസിയ, കഴിഞ്ഞ പാർലമെന്റ് സമ്മേളനത്തിൽ, ഇന്ത്യയിലേക്ക് ഇറക്കുമതി ചെയ്യുന്നതും നിരോധിച്ചു. അപ്പോഴേക്കും നമ്മുടെ വിപണിയിൽ നാലുവർഷത്തേക്കെങ്കിലുമുള്ള കാസിയ, വ്യാപാരികൾ സ്റ്റോക്ക് ചെയ്തിട്ടുണ്ടെന്നാണ് ലിയോണാഡ് പറയുന്നത്. കൊച്ചി മുതൽ വിശാഖപട്ടണംവരെയുള്ള തുറമുഖങ്ങളിൽ വിവരാവകാശം വഴി ഉത്തരങ്ങൾ തേടിപ്പോയപ്പോൾ കിട്ടിയ വിവരമാണിത്. 2013 ൽ 18,200 ടൺ, 2014- 15 ൽ 21,950 ടൺ, പോയ വർഷം 19,405 ടൺ കാസിയയാണ് നമ്മുടെ തുറമുഖങ്ങളിലെത്തിയത്. ഫലമോ, നമ്മുടെ ഒറിജിനൽ കറുവപ്പട്ട തോട്ടങ്ങൾക്ക് എന്നെന്നേക്കുമായി പൂട്ടുവീണു. നാട്ടുമ്പുറത്തെ കല്യാണബിരിയാണികളിൽവരെ കാസിയ എന്ന വ്യാജൻ നിരന്നു. ഇക്കാര്യം വിളിച്ചു പറയാൻ അദ്ദേഹം നിരന്തരം പ്രസ്ക്ലബ്ബുകൾ കയറിയിറങ്ങി. മൈസൂരു, ബംഗളൂരു, മടിക്കേരി, ചെന്നൈ, കോയമ്പത്തൂർ എന്നിവ കൂടാതെ കേരളത്തിലെ എല്ലാ പ്രസ്ക്ലബ്ബുകളിലും കാസിയയ്ക്കെതിരെ വാർത്താസമ്മേളനം നടത്തി. ഏറ്റവും ചുരുങ്ങിയത് ആയിരം കവിയുമെന്ന് ചിരിച്ചുകൊണ്ട് അദ്ദേഹം പറഞ്ഞു. മാധ്യമങ്ങൾക്ക് നല്കാനുള്ള വിഭവങ്ങൾ വിവരാവകാശം വഴി ലിയോണാഡ് ജോൺ തന്നെ കണ്ടെത്തി. സ്റ്റാമ്പൊട്ടിച്ച ചോദ്യങ്ങൾ രാജ്യവ്യാപകമായി സുഗന്ധവ്യഞ്ജന വിളകളുടെ ഓഫീസുകളിലേക്ക് പറന്നു. തുറമുഖങ്ങളിലേക്ക് അയച്ചു. പത്തുവർഷത്തിലധികം നീണ്ട ഈ അത്യദ്ധ്വാനത്തിന് 20 ലക്ഷത്തിലധികം രൂപ ചെലവായെന്നാണ് ഈ കർഷകന്റെ കണക്ക്.

ലിയോണാഡ് ജോൺ

സ്പൈസസ് ബോർഡ്, കേന്ദ്ര അഭ്യന്തര മന്ത്രാലയം, വാണിജ്യ വകുപ്പ്, ആരോഗ്യ കുടുംബക്ഷേമ മന്ത്രാലയം, തുറമുഖ വകുപ്പ് തുടങ്ങിയ ഓഫീസുകളുമായി ജോൺ നടത്തിയ എഴുത്തുകുത്തുകൾ എണ്ണമറ്റതാണ്. ഈ ഓഫീസുകൾക്ക് 'ശല്യക്കാരനായ വ്യവഹാരി' യാണ് ഇദ്ദേഹം. രാജ്യാന്തര ബന്ധമുള്ള ആയുർവ്വേദ മരുന്ന്, മസാല നിർമ്മാണക്കമ്പനികളുടെ സമ്മർദ്ദവും പണക്കൊഴുപ്പും മൂലമാണ്, കറുവപ്പട്ടയ്ക്ക് പകരം കാസിയ എന്നത് വലിയ പാതകമായി ഇന്ത്യയിൽ തോന്നാത്തതെന്നാണ് അദ്ദേഹത്തിന്റെ പക്ഷം. വികസിത രാജ്യങ്ങളിൽ പൗരന്മാരുടെ ആരോഗ്യം വലിയ ഉത്തരവാദിത്വമുള്ള സംഗതിയായതിനാൽ, വർഷങ്ങൾക്കുമുമ്പേ നിരോധിച്ചു. അപകടകരമെന്ന് കണ്ട് ഇപ്പോൾ ഇന്ത്യയിലും ഇറക്കുമതി നിരോധനം വന്നു. പക്ഷേ, എന്തുകൊണ്ട് സ്റ്റോക്കുള്ള കാസിയ പിടിച്ചെടുക്കാൻ കേന്ദ്രം തയ്യാറാകുന്നില്ല എന്നിടത്താണ് തന്റെ പോരാട്ടം തുടരുന്നത് എന്നാണ് ലിയോണാഡ് വാദിക്കുന്നത്.

തന്റെ നിരന്തര ഇടപെടൽ സഹിക്കാൻ കഴിയാഞ്ഞ്, ഒരിക്കൽ സി ബി ഐ ആരോഗ്യ വിഭാഗം കാസിയ പരിശോധന നടത്തിയിരുന്നു. കാസിയയും കറുവപ്പട്ടയും നിരന്തരമായി പരിശോധിക്കണമെന്ന് ഫുഡ് സേഫ്റ്റി ആന്റ് സ്റ്റാന്റേർഡ് അതോറിറ്റി ഓഫ് ഇന്ത്യക്ക് സി ബി ഐ നിർദ്ദേശം നല്കിയതുമാണ്. 60 രാജ്യങ്ങളിലെ ആരോഗ്യ മന്ത്രാലയങ്ങൾക്ക് കാസിയ ദൂഷ്യത്തെക്കുറിച്ച് കത്തെഴുതി. വികസിത രാജ്യങ്ങളിൽനിന്ന്, പരിശോധിക്കാം എന്ന നിലയിൽ മറുപടിക്കത്തും അദ്ദേഹത്തിന് ലഭിച്ചിട്ടുണ്ട്.

ഹൈക്കോടതിയിൽ നല്കിയ ഹർജിയിൽ ജഡ്ജി നേരിട്ട് അന്വേഷണം നടത്തി. കാസിയ പരിശോധന കർശനമായി നടപ്പാക്കണമെന്ന് 2008 ൽ കോടതി ഉത്തരവിട്ടു. ഡ്രഗ്സ് കൺട്രോൾ വകുപ്പിന്റെ പരിശോധന നടക്കുന്നുണ്ടോയെന്ന വിവരാവകാശ പ്രകാരമുള്ള ചോദ്യവുമായി ലിയോണാഡ് പിറകെയെത്തി. എണ്ണൂറോളം ആയുർവേദ മരുന്നുല്പാദകരേ പരിശോധിക്കാൻ രണ്ട് ആയുർവ്വേദ ഡ്രഗ്സ് കൺട്രോളർമാരേ ഉള്ളൂവെന്നും അവർക്ക് പിടിപ്പത് പണിയുണ്ടെന്നുമാണ് മറുപടി. തുടർന്ന് മനുഷ്യാവകാശ കമ്മീഷനിലും ലിയോണാഡ് എത്തി. എട്ടാഴ്ചയ്ക്കകം പരിശോധന നടത്തണമെന്ന് ഉത്തരവുണ്ടായി. ജീവനക്കാരില്ലെന്ന മറുപടിയാണ് ഇതിനും കഴിഞ്ഞ മേയിൽ കിട്ടിയതെന്ന് ലിയോണാഡ്. മരുന്ന് പരിശോധകരെ പുതുതായി ഉടൻ നിയമിക്കുമെന്ന സംസ്ഥാന സർക്കാരിന്റെ നിലപാടിൽ ലിയോണാഡിന് വലിയ പ്രതീക്ഷയാണിപ്പോൾ.

കാസിയ ആരോഗ്യത്തിന് ഹാനികരമാണെന്ന് കാട്ടി സ്പൈസസ് ബോർഡ് 2008 ൽ തന്നെ ഫോറിൻ ട്രേഡ് ഡയറക്ടർ ജനറലിന് കത്തെഴുതിയിരുന്നു. ഇതിന്റെ ചുവടുപിടിച്ച് ലിയോണാഡ് നിയമപോരാട്ടം സജീവമാക്കി. ഇക്കഴിഞ്ഞ പാർലമെന്റ് സമ്മേളനത്തിലെ ഇറക്കുമതി തട

ഞ്ഞുള്ള നിയമനിർമ്മാണത്തിൽവരെ എത്തിനില്ക്കുന്നു ഇപ്പോൾ ആ പോരാട്ടം.

കാസിയ

രൂപത്തിലും ഭാവത്തിലും മണത്തിലും നമ്മുടെ സാക്ഷാൽ കറുവപ്പട്ടയുടെ അതേപോലെയാണ് കാസിയ. പക്ഷേ, ഇതിൽ കൊമറിൻ എന്ന വിഷാംശം കറവപ്പട്ടയേക്കാൾ വളരെ കൂടുതലാണ്. അഞ്ചുശതമാനത്തോളം വരും. കറുവപ്പട്ടയിൽ ഇത് 0.004 ശതമാനം മാത്രം. കൊമറിൻ വൃക്കയെയും കരളിനെയും നേരിട്ട് ബാധിക്കും. മികച്ച ജൈവ കീടനാശിനിയായതിനാൽ അമേരിക്കയിൽ എലിവിഷമുണ്ടാക്കുന്നത് കാസിയ ഉപയോഗിച്ചാണത്രെ! പോകുന്ന ഇടത്തെല്ലാം ലിയോണാഡ് പറയുന്ന കാര്യങ്ങളാണിവ. ഇത്തരം കാര്യങ്ങൾ അവർത്തിക്കുകയാണ് എന്ന് തോന്നുന്നതിനാൽ, ആറുമാസത്തിലൊരിക്കലെങ്കിലും നടത്താറുള്ള വാർത്താസമ്മേളനങ്ങൾക്ക് മാധ്യമപ്രവർത്തകർ വലുതായി ചെവികൊടുക്കാറില്ല. വിവരാവകാശപ്രകാരം കിട്ടിയ പുതിയ കാര്യങ്ങളോ, ഏതെങ്കിലും ഓഫീസുകളുടെ പുതിയ ഉത്തരവോ വെളിപ്പെടുത്താനാണ് അദ്ദേഹം വാർത്താസമ്മേളനം നടത്തുന്നത്. വലിയ വാർത്ത വന്നില്ലെങ്കിലും അദ്ദേഹത്തിന് വിരോധമില്ല. പ്രാദേശികപ്പേജിൽ ഒതുങ്ങുന്ന ഒറ്റക്കോളം വാർത്തയായാലും മതി, അദ്ദേഹം അത് വെട്ടിയെടുത്ത് സൂക്ഷിച്ച് അടുത്ത നിയമപോരാട്ടത്തിന് ഇന്ധനമാക്കും. കറുവപ്പട്ടയ്ക്ക് പകരം കാസിയ ഉപയോഗിക്കുന്നത് സംബന്ധിച്ച്, ലോകത്ത് എവിടെ വാർത്തയിറങ്ങിയാലും അത് അദ്ദേഹം ശേഖരിച്ചിരിക്കും. *യഥാർത്ഥ കറുവപ്പട്ടയും കാസിയ എന്ന വ്യാജനും* (*ട്രൂ സിന്നമൺ വേഴ്സസ് ടോക്സിൻ ഡ്യൂപ്ലിക്കേറ്റ് കാസിയ*) എന്ന പേരിൽ ഇംഗ്ലീഷിൽ പുസ്തവുമെഴുതി അദ്ദേഹം. സ്വയം അച്ചടിച്ചിറക്കിയ ഈ പുസ്തകം കൊണ്ടുനടന്ന് ചരക്കിറക്ക് ഇടങ്ങളിലും സുഗന്ധവ്യഞ്ജനക്കടകളിലും ഉദ്യോഗസ്ഥ പ്രമുഖരിലും ഭരണകർത്താക്കളിലും എത്തിച്ചു. "കഴിഞ്ഞ പാർലമെന്റ് സമ്മേളനത്തിൽ കാസിയ ഇറക്കുമതി നിരോധിച്ചത് വെറുതയല്ല, പ്രധാനമന്ത്രിയുടെ ഓഫീസ് എന്റെ പുസ്തകം വായിച്ചിട്ടുണ്ടാകും"- ലിയോണാഡ് ജോൺ എന്ന കർഷകന്റെ പോരാടാനുള്ള ആത്മവിശ്വാസത്തോത് ഇതാ ഇത്രത്തോളം വരും.

ഇന്ത്യയിൽ ആഭ്യന്തര ഉപയോഗത്തിന് വർഷം 12,000 ടൺ കറുവപ്പട്ടയാണ് വേണ്ടതെന്നാണ് സ്പൈസസ് ബോർഡിന്റെ കണക്ക്. കേരളം, തമിഴ്നാട്, കർണ്ണാടക എന്നിവിടങ്ങളിലായി 2000 ടൺ കറുവപ്പട്ടയും അയ്യായിരം ടൺ ഉണക്കിയ കറുവ ഇലയും ഉല്പാദിപ്പിക്കുന്നുണ്ട്. ബാക്കിയുള്ളത് ശ്രീലങ്കയിൽനിന്നുമാണ് എത്തിക്കുന്നത്. ആവശ്യത്തിന്റെ പകുതിപോലും ഉല്പാദിപ്പിക്കാത്ത കാർഷികോല്പന്നത്തിന്റെ വില നാൾക്കുനാൾ താണ്, തോട്ടങ്ങൾ കർഷകർ ഉപേക്ഷിക്കേണ്ട അവസ്ഥ എന്തുകൊണ്ടുണ്ടാകുന്നു എന്ന വലിയ ചോദ്യമാണ്

ലിയോണാഡ് എന്ന കർഷകൻ ഒറ്റയ്ക്ക് ചോദിച്ചുകൊണ്ടേയിരിക്കുന്നത്. ശ്രീലങ്കയിൽ 67,000 ഏക്കറിലായി അമ്പതിനായിരം ടൺ വരെ കറുവപ്പട്ട ഉല്പാദിപ്പിക്കുന്നു. ഇന്ത്യയാണ് അവരുടെ മുഖ്യവിപണി. രൂപയുടെ മൂല്യം കുറവായതിനാൽ, 200 രൂപയ്ക്കകത്ത് വിറ്റാൽ തന്നെ ശ്രീലങ്കക്കാർക്ക് പിടിച്ചു നില്ക്കാം.

തോട്ടക്കാരൻ

ബ്രീട്ടീഷുകരുടെ കാലത്ത് മലബാറിൽ ഡി എം ഒ ആയിരുന്ന ഡോ. പി ഐ മാത്യുവിന്റെ കൊച്ചുമകനാണ് ബിരുദധാരിയായ ലിയോണാഡ് ജോൺ. ആലക്കോട് വിളക്കന്നൂരിൽ മുത്തച്ഛന് ആയിരം എക്കർ തോട്ടമുണ്ടായിരുന്നു. അതാണ് കൈമാറി, നൂറേക്കറായി ജോണിന് കിട്ടിയത്. കടുത്ത വിലയിടിവിനെത്തുടർന്ന് കറുവപ്പട്ട ഉല്പാദനം നിർത്തി. തൊഴിലാളികൾ പലരും പണി നിർത്തിപ്പോയി. 60 ഏക്കറിലുള്ള റബർ തോട്ടത്തിൽ പണിയെടുക്കുന്നവർക്ക് കിട്ടുന്ന ഷീറ്റ് തന്നെ കൂലി. പ്ലാന്റർ ലിയോണാഡ് ഇപ്പോൾ വ്യവഹാരി ലിയോണാഡായി മാറിയിരിക്കുകയാണല്ലോ. തോട്ടത്തിന്റെ താഴ്‌വാരത്ത് ആറ് മത്സ്യക്കുളമുണ്ട്. അതിൽ രണ്ടിൽ അലങ്കാര മത്സ്യവളർത്തലാണ്. ഇനിയിപ്പോൾ ഈ മീനുകളെ ഞാനെന്ത് ചെയ്യും? അലങ്കാര മത്സ്യത്തെ വളർത്തരുതെന്ന കേന്ദ്രസർക്കാരിന്റെ പുതിയ വിജ്ഞാപനം ഓർമ്മിപ്പിച്ച് ലിയോണാഡ് ചോദിച്ചു.

ഏക മകൾ റോസ് മേരി യു കെയിലെ ക്രാൻഫീൽഡ് സർവ്വകലാശാലയിൽ എയ്റോസ്പേസ് എൻജിനീയറിങ്ങിൽ പി എച്ച് ഡി ചെയ്യുകയാണ്. വിമാനത്തിൽ സെൻസറുകൾ ഘടിപ്പിച്ച് അപകടം മുൻകൂട്ടി കണ്ടെത്താനുള്ള സാങ്കേതിക വിദ്യ വികസിപ്പിക്കുകയാണ് അവൾ.

ഭൂപടം നിവർത്തിയ ഒരാൾ

"**വി**ജനപ്രദേശത്ത് വിശാല വീഥി ഒരുക്കുവിൻ,
താഴ്‌വരകൾ നികത്തപ്പെടും; മലകളും കുന്നുകളും താഴ്ത്തപ്പെടും,
കുണ്ടുംകുഴിയുമായ സ്ഥലങ്ങൾ നിരപ്പാകും,
ദുർഘട പ്രദേശം സമതലമാകും;
മർത്ത്യരെല്ലാവരും അത് ദർശിക്കും"- *ബൈബിൾ*

രണ്ട് ഫ്ളാഷ് ബാക്കുകൾ

1968: ഗതാഗതമന്ത്രി ഇമ്പിച്ചിബാവയുടെ ഓഫീസിലേക്ക് പയ്യന്നൂർ എം എൽ എ എ വി കുഞ്ഞമ്പുവിനൊപ്പം അയാൾ എത്തി. അങ്ങ് വടക്ക് കുടിയേറ്റ ഗ്രാമമായ പാണത്തൂരിലേക്ക് കെ എസ് ആർ ടി സി ബസ് വേണമെന്നാണ് ആവശ്യം. മുന്നിലുള്ള ഫയലിൽനിന്നും ഒരു വെള്ളപേപ്പർ വലിച്ചൂരി സ്വതസിദ്ധമായ ശൈലിയിൽ ഇമ്പിച്ചിബാവ അത്യുത്തര കേരളത്തിലെ മലയോരത്തേക്ക് ആദ്യ കെ എസ് ആർ ടി സി ബസിന് ഒപ്പുചാർത്തി. ആ ഓർഡറുമായി അയാൾ പയ്യന്നൂർ കെഎസ്ആർടിസി ഡിപ്പോയിലേക്ക് ഓടി. താറിടാത്ത, കുണ്ടും കുഴിയും വളവും തിരിവും മലയും ഏറെയുള്ള ആ വാഗ്ദത്ത ഭൂമിയിലേക്ക് വികസനം ഒരു ചുവപ്പ് വണ്ടിയുടെ താളത്തിൽ മുക്കിയും മൂളിയും എത്തി. ആ ബസിൽനിന്നും അയാൾ ഇറങ്ങി. നാട്ടുകാരനായ ജോസഫ് കനകമൊട്ട.

1960: കോട്ടയം പാലായിൽ സ്റ്റാറ്റിസ്റ്റിക്സ് വകുപ്പ് ജീവനക്കാരനായ ആ യുവാവ്, മലബാറിലേക്ക് കുടിയേറിയ ബന്ധുവിനെ തേടി ഒരുരാത്രിയെത്തി. ബസ് സൗകര്യമൊന്നുമില്ലാത്ത കള്ളാറിലെ പൂക്കയം പുഴയുടെ വടക്കേകരയിലാണ് ബന്ധുവീട്. രാത്രിയായതിനാലും തീരെ പരിചയമില്ലാത്തതിനാലും പുഴയിൽ തെന്നിവീണു. ഒഴുകിപ്പോകവെ ഒരു

ജോസഫ് കനകമൊട്ട

മരവേര് കൈ തന്നു. അതിൽ പിടിച്ച് കരയ്ക്കെത്തി. ജീവൻ തിരിച്ചുതന്ന പുഴയ്ക്കരികിൽ തന്നെയാകട്ടെ ശേഷിച്ച കാലമെന്ന് അയാൾ തീരുമാനിക്കുന്നു. ആര7ും വരാൻ തയ്യാറാകാത്ത വടക്കേ മലബാറിലേക്ക് അക്കാലം സ്ഥലം മാറ്റം ചോദിച്ചുവാങ്ങി, അയാളെത്തി. താൻ മുങ്ങിയപ്പോൾ തനിക്ക് കൈതന്ന മരത്തിനെ പൂക്കയം പുഴയ്ക്ക് അക്കരയ്ക്ക് യോജിപ്പിക്കുന്ന തൂക്കുപാലം കെട്ടിയുണ്ടാക്കി അയാൾ ആൾക്കാരെ മറുകരയിലെത്തിച്ചു. കരകൾ ഒന്നായ ആ അത്ഭുതത്തിന്റെ മണ്ണിൽ, അല്പം ഭൂമി വാങ്ങി ജോസഫ് കനകമൊട്ട എന്ന യുവാവ് എന്നെന്നേക്കുമായി മലബാറുകാരനായി.

തീവണ്ടി എന്ന വലിയ സ്വപ്നം

ഭൂപടം നിവർത്തുമ്പോൾ കാണുന്ന കൊച്ചുകൊച്ചു സ്ഥലങ്ങൾ ചുവന്ന സ്കെച്ചുകൊണ്ട് കൂട്ടിയോജിപ്പിക്കലാണ് കനകമൊട്ടയുടെ ഹോബി. 1997 ലാണ് കാഞ്ഞങ്ങാടുനിന്ന് കർണ്ണാടകയിലെ കാണിയൂരിലേക്ക് തീവണ്ടിപ്പാതയൊരുക്കാമെന്ന ചിന്ത, കനകമൊട്ട സെക്രട്ടറിയായ മലയോര വികസന സമിതി മുന്നോട്ടുവെക്കുന്നത്. അതുവഴി മലബാറിൽനിന്നും ബംഗളൂരിലേക്കുള്ള ദൂരം പകുതിയോളംകുറയുമെന്നും അവർ കണ്ടുപിടിച്ചു. നിലവിൽ കാഞ്ഞങ്ങാടുനിന്ന് ബാംഗ്ലൂരിലേക്ക് ഷൊർണൂർ വഴി 766 കിലോമീറ്ററാണുള്ളത്. കാണിയൂർ പാത യാഥാർത്ഥ്യമായാൽ 415 കിലോമീറ്റിൽ വണ്ടി ഓടിയെത്തുമെന്നും കനകമൊട്ട വാദിച്ചു.

ബംഗളൂരു എന്ന പുതിയ ആകാശം തേടുന്ന അത്യുത്തരദേശക്കാർക്ക് വലിയ പ്രതീക്ഷയേകുന്ന ഈ പദ്ധതിക്ക് ചൂടുപിടിച്ച കാലമായിരുന്നു പിന്നീട്. സുള്ള്യയിൽനിന്നും സംഘടിപ്പിച്ച വലിയൊരു ഭൂപടത്തിൽ ചുവന്ന സ്കെച്ചുകൊണ്ട് വരകളും കുറികളുമിട്ട രേഖകളുമായി കനകമൊട്ടയും സംഘവും ഓഫീസുകൾ കയറിയിറങ്ങി. ഷൊർണൂർ - മംഗളൂരു പാതയിലെ കാഞ്ഞങ്ങാടിനെയും മംഗളൂരു ഹാസൻ പാതയിലെ കാണിയൂരിനെയും ബന്ധിപ്പിക്കുന്ന 80 കിലോമീറ്റർ വരുന്ന ഒരു

ലിങ്ക് പാതയാണിത്. 48 കിലോമീറ്റർ കേരളത്തിലും 32 കിലോമീറ്റർ കർണ്ണാടകത്തിലും വരുന്ന ഈ ലിങ്ക് പാതയുടെ സാദ്ധ്യത പി കരുണാകരൻ എം പിക്ക് കൂടി ബോദ്ധ്യം വന്നതോടെ സംഗതികൾ വേഗത്തിലായി.

വനപാതയാണിതെന്നും കാണിയൂർ സ്റ്റേഷനിൽ ജങ്ഷൻ എന്ന ആശയം നടപ്പാവില്ലെന്നും ആദ്യകാലത്ത് വാദിച്ചവരുണ്ടെന്ന് കനകമൊട്ട ഓർക്കുന്നു. വലിയ പാരിസ്ഥിതിക പ്രത്യാഘാതമില്ലാതെ മലയോരഗ്രാമങ്ങളെ ചെറുചരടിൽ കോർത്തെടുക്കുന്ന പോലെയുള്ള ഈ തീവണ്ടിപ്പാതയെക്കുറിച്ച് കനകമൊട്ട വിശദീകരിച്ചു. അതിനായി മംഗളൂരു - ഹാസൻ, ഷൊർണൂർ - നിലമ്പൂർ, കോയമ്പത്തൂർ - ഊട്ടി, ഗോവ - മുംബൈ തുടങ്ങിയ ലിങ്ക് പാതകളിൽ നേരിട്ട് ചെന്ന് പഠിച്ചു. സുള്ള്യ പഞ്ചായത്തോഫീസിൽ ജനപ്രതിനിധികളെയും ഭരണക്കാരെയും ചേർത്തിരുത്തി യോഗം വിളിച്ചു. വലിയ ഭൂപടത്തിന്റെ സഹായത്തോടെ കാര്യങ്ങൾ വിശദീകരിച്ചു. ദുർഘടപാതകൾ തെളിച്ചമുള്ള വീഥികളായി നിവർന്നുവരുമെന്ന *ബൈബിൾ* വാക്യം കനകമൊട്ട അക്കാലം നിരന്തരം വായിച്ചു.

2006 ലാണ് ഈ പാത ആദ്യമായി സർക്കാർ രേഖകളിൽ പരാമർശിക്കുന്നത്. പി കരുണാകരൻ എം പി, മന്ത്രി എം വിജയകുമാർ എന്നിവരുടെ പിന്തുണയോടെ ആദ്യ യു പി എ സർക്കാരിലെ റെയിൽ മന്ത്രി ലാലുപ്രസാദ് യാദവിന് നിവേദനം പറന്നു. ഫയലുകൾ മന്ത്രാലയങ്ങളിൽ കയറിയിറങ്ങി. തുടർന്ന് സാദ്ധ്യതാസർവ്വേക്ക് റെയിൽവേയുടെ ആദ്യ പച്ചക്കൊടി. രണ്ടാം യു പി എ കാലത്ത് കാഞ്ഞങ്ങാട്- പാണത്തൂർ 40 കിലോമീറ്റർ പാതയ്ക്കുള്ള സർവ്വേ കൂടി നടത്തിയതോടെ, കനകമൊട്ടയുടെയും എം പിയടക്കമുള്ള ജനപ്രതിനിധികളുടെയും ശ്രമത്തിന്റെ ആദ്യവിത്തുകൾ മുളച്ചു. അപ്പോഴും കർണ്ണാടകം; വനമേഖലയുടെ പേരിൽ തടസ്സം ഉന്നയിച്ചു. കാണിയൂർ ദേശക്കാരൻ കൂടിയായ സദാനന്ദഗൗഡ പുതിയ റെയിൽമന്ത്രിയായതോടെ ആ തടസ്സവും നീങ്ങി. ആദ്യസർവ്വേ ഉപേക്ഷിച്ച് കാഞ്ഞങ്ങാട് കാണിയൂർ സർവ്വേക്കാണ് ഇപ്പോൾ റെയിൽ ബജറ്റിൽ അനുമതിയായത്.

- പാത വന്നാൽ: കർണ്ണാടക - കേരളം യാത്രാ, ചരക്ക് ദൂരം കുറയും.

പശ്ചിമഘട്ടത്തെ തലോടി സുഖകരമായ യാത്ര.

കുടക്, തലക്കാവേരി, സുബ്രഹ്മണ്യ, ബേക്കൽ, റാണിപുരം തുടങ്ങിയ ടൂറിസ്റ്റ് സ്പോട്ടുകൾ സഞ്ചാരികൾക്ക് എളുപ്പമാകും.

കണ്ണൂർ, കാസർകോട്, ദക്ഷിണകന്നഡ, കുടക് ജില്ലകളിലെ അവികസിത മലയോരദേശങ്ങളുടെ മുന്നേറ്റവും സാദ്ധ്യമാകും.

പാതകൾ ഹൃദയത്തെ തൊടുന്നു

1997 ൽ എൽ ഡി എഫ് സർക്കാർ എസ് എച്ച് 59 ആയി അംഗീകരി

ച്ച മലയോരഹൈവേയുടെ (മഞ്ചേശ്വരത്തെ നന്ദാരപ്പദവ് മുതൽ പാറശ്ശാലയിലെ കടുക്കര വരെ 800 കിലോമീറ്റർ ദൂരത്തിലുള്ളതാണ് മലയോര ഹൈവേ) വ്യാപനമാണ് കനകമൊട്ടയുടെ അടുത്ത അഭിലാഷം. പരിസ്ഥിതി വിഷയങ്ങളാൽ നിരന്തരം വാർത്തകളിൽ ഇടംപിടിക്കുന്ന മലയോരഹൈവേ; ദേശീയപാതയ്ക്ക് സമാന്തരമായി ഗതാഗതരംഗത്ത് വൻമുന്നേറ്റം കുറിക്കുമെന്നാണ് കനകമൊട്ട വാദിക്കുന്നത്. (ഇടുക്കിയിൽ ജോയ്സ് ജോർജ് എം പി നിരാഹരസമരം കിന്നത് ഇതേ മലയോര ഹൈവേയുടെ അനുബന്ധവഴികൾ തകർത്തതിന്റെ പേരിലാണ്) പരശുരാമന്റെ കേരളമായ ഗോകർണ്ണം മുതൽ കന്യാകുമാരി വരെ 1350 കിലോമീറ്റർ ദൂരത്തിൽ മൂന്ന് സംസ്ഥാനങ്ങളിലെ 17 ജില്ലകളിലൂടെ കനകമൊട്ടയുടെ മലയോര ഹൈവേ കടന്നുപോകും. നിലവിലുള്ള 95 ശതമാനം മലയോര റോഡുകളെ പരസ്പരം ബന്ധിപ്പിച്ച് വീതികൂട്ടിയാൽ ഇത് സാദ്ധ്യമാകുമെന്നും കനകമൊട്ട സമർത്ഥിക്കുന്നു. തൃശൂർ, മലപ്പുറം ജില്ലകളിൽ അഞ്ചുശതമാനം സ്ഥലത്ത് പുതിയ റോഡ് ഉണ്ടാക്കേണ്ടി വരും. ആകെ ദൂരത്തിന്റെ 80 ശതമാനവും ദേശീയപാതകളും സംസ്ഥാന പാതകളുമാണ്. പാത വടക്ക് ഗോകർണ്ണത്തുനിന്ന് തുടങ്ങി ഹൊന്നവാർ, ബൈന്തൂർ കൊല്ലൂർ, ശങ്കരനാരായണ, ഹെബ്രി, അജക്കാർ, കാർക്കള, ബൽത്തങ്ങാടി, ധർമ്മസ്ഥല, സുള്ള്യ, പാണത്തൂർ, ചെറുപുഴ, ചെമ്പേരി, ഇരിട്ടി, മാനന്തവാടി, പാലുണ്ട, നിലമ്പൂർ, കരുവാരക്കുണ്ട്, മണ്ണാർക്കാട്, പാലക്കാട്, വെറ്റിലപ്പാറ, മലയാറ്റൂർ, തൊടുപുഴ, ഈരാറ്റുപേട്ട, പത്തനംതിട്ട, പത്തനാപുരം, പുനലൂർ, പാലോട്, വിതുര, ഭൂതപ്പാണ്ടി, നാഗർകോവിൽ വഴി കന്യാകുമാരി വരെയാണ്. ഭൂപടത്തിൽ നിന്നുംനോക്കി പഠിച്ച ഈ ദിശയുടെ വിശദമായ സാദ്ധ്യതകൾ പഠിച്ച് കേന്ദ്ര ഉപരിതല ഗതാതഗത മന്ത്രിക്ക് നിവേദനം നല്കി കാത്തിരിക്കുയാണ് കനകമൊട്ടയിപ്പോൾ.

- പാത സാദ്ധ്യമായാൽ : ഗതാഗതക്കുരുക്ക് കൊണ്ട് വലയുന്ന ദേശീയപാതയ്ക്ക് തീർപ്പാകും

പശ്ചിമഘട്ടത്തെ തൊട്ടുരുമ്മി കടന്നുപോകുന്നതിനാൽ ടൂറിസ്റ്റ് പാതയെന്നാകും ഇതിന് ഏറെ യോജ്യമായപേര്

ഗോകർണ്ണം, കൊല്ലൂർ, ധർമ്മസ്ഥല, മലയാറ്റൂർ, കന്യാകുമാരി എന്നിവ ബന്ധിച്ചുള്ള തീർത്ഥാടന ടൂറിസത്തിനും സാദ്ധ്യതകളേറെ.

തലങ്ങും വിലങ്ങും സ്വപ്നം കാണുന്നു

ഭൂപടമാണ് കനകമൊട്ടയെ പ്രലോഭിപ്പിക്കുന്ന ഒരേയൊരു വസ്തു. അതിൽ നോക്കിയിരിക്കെ പിന്നെയും പിന്നെയും അദ്ദേഹത്തിൽ സഞ്ചാരപാതകൾ വിരിയും. കാഞ്ഞങ്ങാട് നിന്നും ചെന്നൈയിലേക്കുള്ള ദേശീയപാതയാണ് കനകമൊട്ടയുടെ അടുത്ത സ്വപ്നം. മിടുക്കനായ ഭൂമിശാസ്ത്ര വിദ്യാർത്ഥിയുടെ ഭാവനയിൽപോലും വിരിയാത്ത പാതകളാണ് അദ്ദേഹം ഭാവനയിൽ മെനയുന്നത്. കാഞ്ഞങ്ങാട് -

ചെന്നൈ പാതയുടെ രൂപരേഖ നോക്കൂ: കാഞ്ഞങ്ങാടുനിന്നും പാണത്തൂർ വഴി കേരളം വിടുന്ന പാത കർണ്ണാടകത്തിലെ ബാഗമണ്ഡലം, മടിക്കേരി, മൈസൂർ, ബംഗളൂരു, ഹൊസൂർ വഴി തമിഴ്നാട്ടിലെ കൃഷ്ണഗിരി, വെല്ലൂർ, ഏർക്കാട്, കാഞ്ചിപുരം വഴി ചെന്നെയിലെത്തും. മൊത്തം 700 കിലോമീറ്റർ ദൂരം. ബാംഗ്ളൂരിൽനിന്ന് മുംബൈക്കും കൃഷ്ണഗിരിയിൽ നിന്നും കന്യാകുമാരിയിലേക്കും ചെന്നൈയിൽനിന്നും കൊല്ക്കത്തയ്ക്കും പാതകൾ കാട്ടിത്തരുന്നു കനകമൊട്ട തന്റെ രൂപരേഖയിൽ. കൂടുതൽ സ്ഥലമെടുപ്പോ, ഫണ്ടോ വേണ്ടാത്ത പുതിയ പുതിയ പാതകളാണ് അദ്ദേഹം സ്വപ്നംകാണുന്നത്. എല്ലാ പാതകളും തന്റെ ദേശം വഴി കടന്നുപോകണം എന്ന 'സ്വാർത്ഥത' മാത്രമാണ് അധികമായുള്ളത്.

ഒടുവിൽ

കെട്ടുകണക്കിന് ഭൂപടങ്ങളും ഫയലുകളുമാണ് ജോസഫേട്ടന്റെ കള്ളാർ മാലക്കല്ല് കനകമൊട്ടയിലെ വസതിയിൽ ഉള്ളത്. നിധി തേടുന്ന ഭൂതത്തെപ്പോലെ അദ്ദേഹം നിരന്തരം ഭൂപടങ്ങളിലൂടെ സഞ്ചരിക്കും. അസ്തമയമായി... കാഞ്ഞങ്ങാട് - കാണിയൂർ പാത അടുത്ത തലമുറയെങ്കിലും കാണുമെന്ന് ജോസഫേട്ടന് ഉറപ്പുണ്ട്. ശേഷിച്ച സ്വപ്നങ്ങളോ? രണ്ടുമുറികളിലായി സൂക്ഷിച്ച ഭൂപടങ്ങളും ചാർട്ടുകളും ഫയലുകളും തന്നോടൊപ്പം കുഴിമാടത്തിൽ അടക്കാനായി രണ്ട് കല്ലറകളും ഒരുക്കിയിട്ടുണ്ടെന്ന് അദ്ദേഹം പറഞ്ഞു. കല്ലറ തുറന്നെങ്കിലും തന്റെ സ്വപ്നങ്ങൾ വിദൂരതയിലുടെ സഞ്ചരിക്കുമെന്നാണ് അദ്ദേഹം ഇപ്പോൾ കാണുന്ന സ്വപ്നം.

അത്രമേൽ ജൈവമാകയാൽ

വളരെ നിസ്സാരമെന്ന് തോന്നുന്ന, എന്നാൽ ഏറെ ഗഹനമായ ഒരു ചോദ്യം ഇന്നത്തെ പരിസ്ഥിതി ദിനത്തിൽ ചോദിച്ചുനോക്കിയാലോ? നമ്മുടെ ഭക്ഷണത്തിന്റേയും ആരോഗ്യത്തിന്റേയും താക്കോൽ ആരുടെ കൈവശമാണ്? തീർച്ചയായും അത് നമ്മുടെ കൈവശംതന്നെ ഉണ്ടാകേണ്ടതാണ്. ഉണ്ടായിരുന്നതുമാണ്. പുതിയ കാലത്ത് പരിസ്ഥിതി സ്നേഹം എന്നത് വലിയ വലിയ സംഭവമാകുമ്പോൾ, ആ താക്കോൽ എവിടെയാണ് എന്ന് ചിന്തിച്ചുനോക്കാൻ പോലും നമ്മൾ ത്രാണിയില്ലാത്തവരായിരിക്കുന്നു. ഭക്ഷണത്തിന്റെ, ആരോഗ്യത്തിന്റെ അഥവാ അതിജീവനത്തിന്റെ താക്കോൽ തേടിയാണ് കാസർകോട്ടെ മാവുങ്കാൽ അമ്പലത്തറ തൈവളപ്പിലെ ഓലവിരിച്ചിട്ട ഒട്ടും ആകർഷകമല്ലാത്ത ഒരു കന്നുകാലിഫാമിലേക്ക് നാം ഇനി ചെല്ലുന്നത്. എൺപതോളം കന്നുകാലികൾ അവിടെയുണ്ട്. ആദ്യമായിട്ടായിരിക്കും പാലിനായി മാത്രമല്ലാതെ, 'ലാഭത്തിനായി' മാത്രമല്ലാതെ ഇത്രയധികം കാലികളെ പോറ്റുന്ന ഫാമിൽ നാം എത്തുന്നത്.

കന്നുകാലികളാണെങ്കിലും അവ പലതരത്തിൽ വേഷം കെട്ടിയവരെ പോലെയാണ് ഈ ഫാമിൽ. ഗുജറാത്തുകാരിയായ കാംഗ്രേജ്, ആന്ധ്രയിൽനിന്നു ഓംഗോൾ, പഞ്ചാബിലെ സഹിവാൾ, ഹരിയാന വൈറ്റ് ഇവയെയെല്ലാമായിരിക്കും ഫാമിലെത്തിയാൽ നാം ആദ്യം കാണുക. അതിനിടയ്ക്ക് രണ്ടരയടി മാത്രം ഉയരമുള്ള വെച്ചൂർ പശുവിനെ കാണാം. ഇടയ്ക്കതാ കറുത്ത കുള്ളനായ കാസർകോട് ഡ്വാർഫ് എന്നയിനം. സാധാരണ മനുഷ്യന്റെ മുട്ടോളം വരുന്ന ഈ കറുത്ത പശുവിന്റെ വകഭേദമായി മറ്റൊന്നുണ്ട്... ചുവപ്പാണോ, ചാരമാണോ, സ്വർണ്ണവർണ്ണമാണോ എന്നൊന്നും ഉറപ്പിച്ച് പറയാൻ കഴിയാത്ത ഒന്ന്, അവളാണ്

കപില. കാസർകോട് ഡ്വാർഫ് കൺസർവേഷൻ സൊസൈറ്റി (കെ ഡി സി എസ്) എന്ന പരിസ്ഥിതി സംഘടനയുടെ ഫാമാണിത്. അഹങ്കാരം കൊണ്ട് നാം പണ്ടെന്നോ ഉപേക്ഷിച്ച നമ്മുടെ തനതുജീവിതം തിരിച്ചു പിടിക്കുന്നതാകണം പുതിയ കാലത്തെ പരിസ്ഥിതി പ്രവർത്തനം എന്ന് ഓർമ്മപ്പെടുത്തുന്ന ഒരിടം കൂടിയാണിത്...

പാലെല്ലാം പാലല്ല

സമീകൃതാഹാരമായി നാം പഠിച്ച പാൽ ഇപ്പോൾ പാഠപുസ്തകത്തിൽ മാത്രമേയുള്ളൂ. പാലിന്റെ ഉല്പാദനക്കുതിപ്പിന്; ഹരിതവിപ്ലവം പോലെ നാമൊരു പേരിട്ടു; ധവളവിപ്ലവം. പശു എന്ന പേര് സൂചിപ്പിക്കുമ്പോലെ വെറും പാവമായിരുന്ന നമ്മുടെ തനതു ഇനങ്ങൾക്ക് മേൽ പുതിയ സാദ്ധ്യതകളുടെ ബീജം കുത്തിയിറക്കി. ഇന്ത്യയിലെ മുപ്പതിലധികം വന്ന നാടൻ ഇനങ്ങൾ തനതായ അർത്ഥത്തിൽ കാണാതായി.

പി കെ ലാൽ

നാം കൂടുതൽ വെളുത്ത ദ്രാവകം ഉണ്ടാക്കുകയും അതിനെ പാൽ എന്ന് വിളിക്കുകയും ധവളവിപ്ലവം വൻ വിജയമെന്ന് പ്രഖ്യാപിക്കുകയും ചെയ്തു. പാൽ ഫാക്ടറികളായി മാറിയ വലിയ പശുക്കളെ നാം കണ്ടു. പാട്ട് കേട്ട് പാൽ ചുരത്തുന്ന ആ യന്ത്രങ്ങളെയും നാം പശുവെന്ന് വിളിച്ച് പഴയ പശുക്കാലത്തെ ഓർമ്മയുണ്ടെന്ന് നടിച്ചു. അത്രമേൽ ഒറിജിനലായിരുന്ന; നമ്മുടെ പറമ്പിൽ ആടിനെപ്പോലെ കളിച്ചുവളർന്നിരുന്ന നാടൻപശുവിനെ നാം അപ്പോഴേക്കും എന്നന്നേക്കുമായി മറന്നുപോയിരുന്നു.

കാസർകോട്, ദക്ഷിണ കന്നഡ ജില്ലകളുടെ അതിർത്തി കുന്നുമ്പുറങ്ങളിൽ കുറുന്തോട്ടിയും നാട്ടുപുല്ലും തിന്ന് വളർന്ന തീരെ വലിപ്പം കുറഞ്ഞ, മെലിഞ്ഞ കൈകാലുകളുള്ള, അധികവും കറുപ്പു നിറത്തിലുള്ള തനത് ഇനമാണ് കാസർകോട് കുള്ളൻ പശു. നിരന്തരമായ സങ്കലനത്തിലൂടെ ഇതിന്റെ തനത് ഇനം ഇപ്പോൾ കാണാനേ ഇല്ലാതായി. ഏഴ് വർണ്ണങ്ങളിലുള്ള കാസർകോട് കുള്ളൻ പശുക്കൾ ഇവിടെ മേഞ്ഞതാണ്. കാര്യത്തിന്റെ ഗൗരവം തിരിച്ചറിഞ്ഞ് സംരക്ഷണ ഫാമുകൾ സജീവമായതോടെ രണ്ടായിരത്തോളം കാസർകോട് കുള്ളൻ പശുക്കൾ ബാക്കിയായിട്ടുണ്ട്. വടകര ഡ്വാർഫ്, വെച്ചൂർ, ചെറുവള്ളി, വില്വാദ്രി, പെരിയാർ തുടങ്ങിയവയാണ് കാസർകോട് കുള്ളനെപ്പോലെ കൈമോശം വന്നുതുടങ്ങിയ തനത് കേരള കാലി ഇനങ്ങൾ. ഇവയുടെ സംരക്ഷണം ലക്ഷ്യമിട്ട് നിരവധി സംഘടനകൾ ഉയർന്നുവന്നിട്ടുണ്ട്. കാസർകോട് ഡ്വാർഫ് കൺസർവേഷൻ സൊസൈറ്റി, വില്വാദ്രി സംരക്ഷണ സൊസൈറ്റി, വടകര ഡ്വാർഫ് കൺസർവേഷൻ ട്രസ്റ്റ് എന്നിവ ഇത്തരത്തിലുള്ളവയാണ്. ഇവയെ ഏകോപിപ്പിക്കുന്ന കോൺഫെഡറേഷൻ ഓഫ് ഇൻഡീജിനീയസ് കാറ്റിൽ ബ്രീഡർ അസോസിയേഷൻ എന്ന സംഘടനയും ഇപ്പോൾ നിലവിൽ വന്നിട്ടുണ്ട്.

കപില

2010 ൽ സ്ഥാപിതമായ കാസർകോട് കുള്ളൻ സംരക്ഷണ സൊസൈറ്റി 2013 മുതൽ സംഘടിപ്പിക്കുന്ന പ്രചാരണ പരിപാടിയാണ് 'കപില ഫെസ്റ്റ്.' കോട്ടയം സി എം എസ് കോളേജിന്റെ ആഭിമുഖ്യത്തിൽ മെയ് അവസാനവാരം കപില ഫെസ്റ്റ് കോട്ടയത്ത് സംഘടിപ്പിക്കുകയുണ്ടായി. കേരളത്തിന്റെ തനി നാടൻ ഇനങ്ങളെ നാടിന് പരിചയപ്പെടുത്തുകയാണ് ലക്ഷ്യം.

ഉയർന്ന രോഗപ്രതിരോധശക്തിക്കൊപ്പം ചൂടിനെ ചെറുക്കാനുള്ള ശേഷിയും കാസർകോട് കുള്ളന് ഏറെയാണ്. വീട്ടിലെ കാടിവെള്ളവും തവിടും തൊടിയിലെ അല്പം പുല്ലുംതിന്ന് മൂന്നുലിറ്റർവരെ പാൽ തരുന്ന സൗമ്യമായ പെരുമാറ്റമുള്ള ഇനമാണ് കാസർകോട് കുള്ളൻ. ആട്ടിൻ പാലിനോളം ഔഷധഗുണമാണ് ഇതിന്റെ പാലിന്. ഇതിന്റെ പാല്, തൈര്, നെയ്യ്, ചാണകം, ഗോമൂത്രം എന്നിവകൊണ്ടാണ് പഞ്ചഗവ്യം

തയ്യാറാക്കുന്നത്. ജൈവകൃഷിയിൽ ഒഴിച്ചുകൂടാനാവാത്ത കീടനാശിനിയാണിത്. വടക്കേ മലബാറിൽ ക്ഷേത്രാചാരങ്ങളിലും പഞ്ചഗവ്യം ഏറെ പ്രധാനം. ജൈവകൃഷി സജീവമായതോടെ പഞ്ചഗവ്യത്തിനും ആവശ്യക്കാർ കൂടിയിട്ടുണ്ട്. കിട്ടാനില്ലെന്നാണ് ഈ രംഗത്തെ പ്രവർത്തകർ ഇപ്പോൾ പറയുന്നത്.

പാൽ ഉല്പാദനത്തേക്കാളും നാടൻ പശുക്കളുടെ ജൈവസത്ത അതേപടി നിലനിർത്താനുള്ള ശ്രമമാണ് തങ്ങൾ നടത്തുന്നതെന്ന് സൺ സർവേറ്റീവ് സൊസൈറ്റി ചെയർമാൻ പി കെ ലാൽ പറഞ്ഞു. ലാലാണ് അമ്പലത്തറയിലെ നാടൻ പശുഫാമിന്റെ ജീവാത്മാവ്. ഒപ്പം രണ്ടുപണിക്കാരുണ്ട്. സംഘടനയുടെ പ്രവർത്തനങ്ങൾക്ക് മാത്രമാണ് ലാൽ പുറത്തേക്ക് പോകുക. അല്ലാത്തപ്പോൾ പറമ്പിൽ മേയാൻ വിട്ട കറമ്പിപ്പശുവിനരികൽ അവധൂതനെപ്പോലെ അയാൾ ഉണ്ടാകും. അയാൾ ഫാമിന്റെ ഉടമയല്ല, പശുക്കളെപ്പോലെ നാടിന്റെ ജൈവസത്തയെ ഉയർത്താൻ ജീവിക്കുന്ന ഒരാൾ. മണ്ണിന്റെ നൈസർഗ്ഗികമായ നിലനില്പ് സൂക്ഷ്മജീവികളുടെ പ്രവർത്തനം കൊണ്ടാണ് സാദ്ധ്യമാകുന്നത്. നാടൻ പശുക്കളുടെ ചാണകം ഒരർത്ഥത്തിൽ മണ്ണിൽ വളത്തേക്കാൾ മരുന്നുപോലെയാണ് പ്രവർത്തിക്കുക. നാടൻ പശുച്ചാണകത്തിലെ സൂക്ഷ്മജീവികൾ മണ്ണിലുണ്ടാക്കുന്ന മാറ്റം വലിയൊരു ജൈവമാറ്റം തന്നെയാണ്. അമ്പലത്തറ ഫാമിനരികിൽ ചാക്കിൽ ചാണക വറളികൾ ഉണക്കി ചാക്കിൽ കെട്ടിവച്ചതുകാണാം. മഴകൊള്ളാതെ കെട്ടിവച്ച, ഏതോ വലിയ നിക്ഷേപം പോലെ ചാക്കുപൊളിച്ച് ആ വറളികൾ ലാൽ കാട്ടിത്തന്നു. കത്തിച്ച് ഭസ്മമാക്കാനാണിത്. കുടിവെള്ളത്തിൽ ഓക്സിജന്റെ അളവ് കൂട്ടാൻ ഈ ഭസ്മം ഉപയോഗിച്ചാൽ മതിയാകുമെന്നാണ് ലാലിന്റെ പക്ഷം. ക്ഷേത്രാരാധനയ്ക്കും ഈ ഭസ്മം ഏറെ പ്രിയം. ശുദ്ധീകരിച്ച ഗോമൂത്രവും വലിയ മരുന്നാണ്. നാടൻ പശുവളർത്തലിന്റെ 'ലാഭത്തെപ്പറ്റി' അയാൾ പറഞ്ഞുകൊണ്ടേയിരുന്നു.

പഞ്ചാബ് മുഖ്യമന്ത്രി പ്രകാശ് സിങ് ബാദലിന്റെ ചണ്ഡീഗഢിലെ വീട്ടിലെ ഫാമിലേക്ക് ആറ് പശുക്കളെയാണ് ഇവിടെനിന്നും കൊണ്ടുപോയത്. അന്ന് നീലേശ്വരം നാഗച്ചേരിയിലായിരുന്നു കെ ഡി സി എസ് ഫാം. കാസർകോട് കുള്ളൻ, വെച്ചൂർ ഇനങ്ങളെ കണ്ട് ഇഷ്ടപ്പെട്ടാണ് മുഖ്യമന്ത്രി പശുക്കളെ കൊണ്ടുപോയത്. പകരം ആറ് സഹിവാൽ പശുക്കളെ ബാദൽ കേരളത്തിലേക്കയച്ചു.

കെൽസി നേഗി

ഇതൊരു മദാമ്മയാണ്. അക്കാദമിക് താല്പര്യമുള്ള മൃഗസ്നേഹികൾ കേട്ടിരിക്കും; വായിച്ചിരിക്കും. ഇവരുടെ പ്രശസ്തമായ 'വേൾഡ് കൗ ഗേൾ' എന്ന ഓൺലൈൻ കോളത്തിന് വായനക്കാർ ഏറെയാണ്. ഓക്സഫോർഡ് സർവ്വകലാശാലയിലെ ഗവേഷണവിദ്യാർത്ഥിയായ ഇവർ, ഇന്ത്യയിലെ തനത് കാലിവർഗ്ഗങ്ങളെക്കുറിച്ചാണ് ഗവേഷണം

നടത്തുന്നത്. കാസർകോട് കുള്ളനെക്കുറിച്ച് പഠിക്കാൻ അവർ കാസർ കോട്ടും എത്തി. പെർല ബജക്കുട്ലുവിലും കുള്ളൻ പശുഫാമുണ്ട്. ഇവിടെ നടന്ന കുള്ളൻ പശു ഫെസ്റ്റിനെക്കുറിച്ച് അവരുടെ കൗഗേൾ കോളത്തിൽ വിശദമായി എഴുതിയിട്ടുണ്ട്. നാം നമ്മുടെ ഇനങ്ങളിൽ വിശ്വാസമില്ലാതെ സ്വിറ്റ്സർലന്റിൽനിന്നും മറ്റും ഇറക്കിയ ബീജം കൊണ്ട് ധവളവിപ്ലവം സൃഷ്ടിച്ചപ്പോൾ കെൽസിയെപ്പോലുള്ള മദാമ്മമാർ നമ്മുടെ പാവം കുള്ളനെത്തേടി ഇങ്ങോട്ട് വരികയാണ്.

തനത് ഇനങ്ങളുടെ സംരക്ഷണത്തിന് വലിയ പ്രചാരം ലഭിച്ചപ്പോൾ സർക്കാരും ഈ രംഗത്ത് ചുവടുവച്ചിട്ടുണ്ട്. കാസർകോട് ബേളയിലെ സർക്കാർ ഫാമിൽ ഇപ്പോൾ നൂറോളം നാടൻ പശുക്കളെ പരിപാലിക്കുന്നുണ്ട്.

നാടൻ പശുവിനങ്ങളെ സംരക്ഷിക്കുന്നതിനുള്ള പുതിയ കാലത്തെ പ്രവർത്തനം കെൽസി നേഗി തന്റെ കോളത്തിൽ വിവരിക്കുന്നുണ്ട്. ഈ സംരക്ഷണം കർഷകരിലേക്ക് 'ലാഭകരമായി' പരാവർത്തനം ചെയ്യുമ്പോഴാണ്, ഇതിലെ പരിസ്ഥിതി പ്രവർത്തനം സത്യസന്ധമാകുന്നത്. മണ്ണിരയ്ക്ക് പോലും സന്തോഷമാകുന്ന ഏറ്റവും ജൈവമായ കുള്ളൻ പശു സംരക്ഷണമെന്ന പ്രവർത്തനത്തിന് കർഷക കൂട്ടായ്മകൾ ഒരുക്കുകയാണ് കെ ഡി സി എസിന്റെ അടുത്ത ലക്ഷ്യം. അൻപതോളം വരുന്ന കർഷകരുടെ കൂട്ടായ്മയിൽ, പശുവളർത്തലും അനുബന്ധ ഉല്പന്നങ്ങളുടെ ഉല്പാദനവും വിതരണവും സാദ്ധ്യമാക്കും. അതുവഴി ശരിയായ ജൈവകൃഷി സജീവമാകും. തനത് ബ്രീഡിങ് സെന്ററുകൾ സ്ഥാപിക്കുക, നാടൻ ഇനങ്ങളുടെ ജനിതകഗുണങ്ങളെ പരിപോഷിപ്പിക്കാനുള്ള പരീക്ഷണ നിരീക്ഷണങ്ങൾ സാദ്ധ്യമാക്കുക തുടങ്ങിയ ലക്ഷ്യങ്ങളും തങ്ങൾക്കുണ്ടെന്ന് പി കെ ലാൽ തന്റെ സംഘടനയുടെ ബ്രോഷർ കാട്ടി പറഞ്ഞു. കുള്ളൻ പശുക്കളുടെ വിശേഷം പറഞ്ഞുതരാൻ ഈ പരിസ്ഥിതി പ്രവർത്തകർക്ക് പിന്നെയും പിന്നെയും ആവേശമാണ്. അറിയാൻ വിളിക്കാം 9447652564.

കരീം ഫോറസ്റ്റ് ഇൻ ദുബായ്!

38 - 40 ഡിഗ്രിവരെ കത്തിക്കാളുന്ന കുംഭപ്പകലിലാണ് ആ കാട്ടിലേക്ക് കരീമിനെ കാണാൻ ചെന്നത്. ചെന്നപാടെ, കാടിന്റെ അതിർത്തിയിലുള്ള ആ കൊച്ചുവീടിനുള്ളിലേക്ക് നമ്മെ ക്ഷണിക്കുന്നു. ലാപ്ടോപ്പിൽ അന്നത്തെ ഇ-മെയിൽ പരിശോധിക്കുന്ന തിരക്കിലാണ് കരീം. കൊച്ചുമുറിയിൽ എ സിയെ തോല്പിക്കുന്ന നല്ല തണുപ്പ്. ചുമരിലുള്ള ചൂടളക്കൽ യന്ത്രത്തിൽ 28 ഡിഗ്രി എന്ന് രേഖപ്പെടുത്തിയിരിക്കുന്നു. അല്പമകലെ റോഡിൽ 38 ഡിഗ്രിവരെയുണ്ട് ചൂട്, ഇവിടെയെത്തിയപ്പോൾ പത്ത് ഡിഗ്രി കുറയുന്നു. കരീമിന്റെ 32 ഏക്കർ സ്വകാര്യവനം- 'കരിംഫോറസ്റ്റ്' നാടിനെ കാക്കുന്നത് ഇങ്ങനെയുംകൂടിയാണ്.

രണ്ടുദിവസംമുമ്പ് വന്ന ഇ-മെയിൽ കാട്ടി കരീം പുതിയ ഗൾഫ് ദൗത്യത്തെക്കുറിച്ച് വാചാലനായി. ദുബായ് സർക്കാരിന്റെ പരിസ്ഥിതി മന്ത്രാലയം ഉദ്യോഗസ്ഥ ഷമ്മ അൽ ഫലാസിയുടെ ഇ- മെയിലാണത്. ദുബായിലേക്ക് ക്ഷണിച്ചുള്ള കത്ത്. ദുബായിലെ നൂറേക്കർ തരിശുഭൂമിയിൽ കാടുണ്ടാക്കാനുള്ള പ്രോജക്ട് ചർച്ചചെയ്യാൻ ക്ഷണിച്ചിരിക്കുകയാണ്.

എഴുപതുകളിലെ ഗൾഫ് ജീവിതം മതിയാക്കി, ഉൾനാട്ടിലെ പാറപ്രദേശം വിലയ്ക്കുവാങ്ങി, നിത്യശ്രദ്ധയോടെ മരത്തെ നട്ടുകൊടുത്ത് 32 ഏക്കർ വലുപ്പമുള്ളൊരു കൊടുംകാട് സൃഷ്ടിച്ചയാൾ: പി അബ്ദുൾ കരീം എന്ന പരിസ്ഥിതി പ്രവർത്തകൻ ചുരുക്കത്തിൽ ഇത്രയുമാണ്. ആ ചുരുക്കം ഇപ്പോൾ, ബി ബി സിയുടെയും ഡിസ്കവറി ചാനലിന്റെയും മുഖ്യ പരിസ്ഥിതി വാർത്തവരെയായി വികസിച്ചു. ഐക്യരാഷ്ട്രസഭയുടെ പരിസ്ഥിതി പരിപാടിയിൽ (യു എൻ ഇ പി) ഓൺലൈനായി ചോദ്യങ്ങൾ ഉന്നയിച്ച് ഉത്തരം തേടുന്നതിൽവരെ എത്തിനില്ക്കുന്ന കരീമിന്റെ

ചോദ്യങ്ങളും ശാസ്ത്രജ്ഞരുടെ ഉത്തരവും ക്രോഡീകരിച്ച് 'ഹൗ ഗ്രീൻ ഈസ് കരീംസ് ലാൻഡ്' എന്ന പ്രസ് റിലീസുതന്നെ യു എൻ പുറത്തിറക്കി. മൗസ് ക്ലിക്കിനപ്പുറം ഇന്റർനെറ്റിൽ സഞ്ചരിച്ചാൽ അറിയാം, കരീം എന്ന നാട്ടുമ്പുറത്തുകാരൻ എത്ര വലിയ വൻമരമായി മാറിയിരിക്കുന്നു എന്നത്.

സ്വപ്നത്തിൽ ഒരു മരുത് പൂക്കുന്നു

നീലേശ്വരം കോട്ടപ്പുറത്തെ കുട്ടിക്കാലവും പ്രീഡിഗ്രിക്കാലവും കഴിഞ്ഞ്, കരീം മുംബൈയിൽ കപ്പൽജോലിക്ക് ചേർന്നു. എഴുപതുകളുടെ തുടക്കത്തിൽ സജീവമായ ഗൾഫ് മോഹത്തിന്റെ ചിറകിലേറി ഗൾഫിലേക്ക് പറന്നു. എൽ ഐ സിയുടെ ഏജന്റായും ട്രാവൽ ഏജന്റായുമൊക്കെ പ്രവർത്തിച്ചു കിട്ടിയ പണവുമായി 1979 ൽ ദുബായിൽനിന്ന് നാട്ടിലേക്ക് മടങ്ങി. 29-ാമത്തെ വയസ്സിൽ ഭാര്യയുടെ വീടിനടുത്ത് - നീലേശ്വരത്തുനിന്ന് 20 കിലോമീറ്റർ അകലെ പുലിയങ്കുളത്ത് അഞ്ചേക്കർ തരിശുഭൂമി വാങ്ങുന്നു. ആരും തിരിഞ്ഞുനോക്കാത്ത പാറപ്രദേശം. കുട്ടിക്കാലത്ത് ബാക്കിവച്ച പച്ചസ്വപ്നങ്ങൾ, വനംവകുപ്പിൽനിന്ന് വാങ്ങിയ ഒരു മരുതുചെടിയായി തലനീട്ടി. അവധൂതനെപ്പോലെ അയാൾ പാറക്കെട്ടുകൾക്ക് ഇടയിൽ മരുതും ഇരുളും നട്ടുകൊടുത്തു. ഇലപൊഴിച്ച് ഭൂമിക്ക് ആവരണമുണ്ടാക്കി ജലസമൃദ്ധിയേകാൻ മരുതും ഇരുളുമാണ് ഏറെ ഗുണമെന്ന് അയാൾ നിരീക്ഷിച്ചിരുന്നു. ആദ്യവേനൽ അതിജീവിച്ചത് നാമമാത്രമായ മരച്ചെടികൾ. അടുത്ത മഴയിൽ വീണ്ടും മരത്തെ പാകി. വേനലിൽ, വെള്ളം ബൈക്കിൽ കൊണ്ടുവന്ന് ഇറ്റിച്ചുകൊടുത്തു. നാട്ടുകാർ ഭ്രാന്തനെന്നു കരീമിനെ വിളിച്ച എൺപതുകളിൽ മരുതുചെടികൾ മാനംനോക്കി വളർന്നു. മരങ്ങൾ പുരനിറഞ്ഞപ്പോൾ അഞ്ചേക്കറിനപ്പുറത്തെ തരിശുഭൂമികൂടി കരീം വാങ്ങി. അഞ്ച് പത്തായി, ഇരുപതായി. ഇപ്പോഴത് 32 ഏക്കറിലെത്തി; മാനം കാണിക്കാതെ വളർന്നുനില്ക്കുന്നു, 36 വർഷം പഴക്കമുള്ള നിബിഡവനം. അത്തി, ഇത്തി, വേങ്ങ, കൊടകപ്പാല, കൊട്ട, കാട്ടുമുല്ല... എന്നിങ്ങനെ എണ്ണൂറിലധികംതരം മരം വളരുന്ന കാട്ടിൽ കരീംമാത്രമല്ല താമസക്കാർ. ഭാര്യ ഷെരീഫ, ഇളയമകൻ ഷെമീം, കരീം വിളിച്ചാൽമാത്രം അടുത്തുകൂടുന്ന മയിൽക്കൂട്ടങ്ങൾ, കാട്ടുമുയൽ, കുറുക്കൻ, കീരി, വെരുക്, കാട്ടുകോഴി, പാമ്പ്, കിളികൾമുതൽ മണ്ണിരവരെ താമസക്കാരായുണ്ട്.

"കാടുണ്ടാക്കുക എന്നു പറഞ്ഞാൽ ഒരു ഘട്ടം കഴിഞ്ഞാൽ ഒരുതരം ഓട്ടോമാറ്റിക്ക് മെക്കാനിസമാണ്. കുറെ മരങ്ങൾ വളർന്നാൽ കിളികൾ കൂടുകൂട്ടും. സ്വാഭാവികമായും പക്ഷിക്കാഷ്ഠവും ഭൂമിയിൽ വീഴും. ഇതിലുള്ള സസ്യങ്ങളുടെ വിത്ത് മുളപൊട്ടി പുതിയ കാടിനെ, പ്രകൃതിതന്നെ സൃഷ്ടിക്കും"- സ്വയം നിരീക്ഷിച്ച് കരീം നമ്മെ പഠിപ്പിക്കുന്ന പ്രാഥമികപാഠം ഇവിടെ തുടങ്ങുന്നു. കരീം ആറാംക്ലാസിലെ മലയാളപാഠാവലിയിലെ മൂന്നാം അദ്ധ്യായമായതും ഇങ്ങനെയൊക്കെ പ്രകൃതിപാഠം പഠിപ്പി

കരീം

ച്ചതിനാലാണ്. ഇതാ മറ്റൊരു കണക്ക്: "32 ഏക്കറില് ഏകദേശം ഒരു ലക്ഷത്തി ഇരുപത്തി അയ്യായിരം ചതുരശ്ര മീറ്ററില് ശരാശരി 300 സെന്റീമീറ്റർ മഴ കണക്കാക്കിയാൽത്തന്നെ 36 കോടി ലിറ്റർ വെള്ളംപെയ്യുന്നുണ്ട് ഇവിടെ. ഈ വെള്ളം മിക്കവാറും ഇവിടെത്തന്നെ കാട് പിടിച്ചുവയ്ക്കും. കാടിനകത്തുള്ള നാല് കിണറിലും ജലനിരപ്പ് താഴുന്നേയില്ല." നാട്ടുകാർക്ക് ആവശ്യത്തിന് ടാങ്കറിലും പാത്രത്തിലും വെള്ളം നല്കുന്നുണ്ട് കരീം. കാടിന്റെ അതിർത്തിയിൽ അദ്ദേഹംതന്നെ പാർപ്പിച്ച മൂന്ന് വീട്ടുകാരും കുടിക്കുന്നത് കാട്ടിനുള്ളിലെ കിണർവെള്ളമാണ്.

തിങ്ക് ഗ്ലോബലി, ആക്ട് ലോക്കലി

പാഴില്ലാത്ത നിബിഡവനത്തിന്റെ കരുത്താണ് കരീമിന്റെ സംസാരത്തിന്. തന്റെ ബോദ്ധ്യങ്ങളുടെ പരിസ്ഥിതിപാഠങ്ങൾ കരീം നമ്മോട് ആവർത്തിച്ചുകൊണ്ടേയിരിക്കും. അത്തരം ഒരു മുദ്രാവാക്യവും അദ്ദേഹം നിരന്തരം പറയും. അതിങ്ങനെ: തിങ്ക് ഗ്ലോബലി ആക്ട് ലോക്കലി. വലിയ വലിയ ചിന്തകളും ചെറുചെറു പ്രവൃത്തികളും ഒടുവിൽ തന്റെ കാടുപോലെതന്നെ നാടിന് കുടപിടിക്കുമെന്ന് അദ്ദേഹത്തിന് ഉറപ്പുണ്ട്.

ചോദ്യം: പരിസ്ഥിതി ചിന്തകൾ ഇപ്പോൾ ഫാഷനാണ്. അങ്ങനെയൊന്നുമില്ലാത്ത ഒരുകാലത്ത് ഇത്തരം ചിന്തകൾ ഉയരാൻ എന്തായിരുന്നു കാരണം?

ഉത്തരം: അതെന്റെ ശീലമാണെന്നുതോന്നുന്നു. നീലേശ്വരം രാജാസ് സ്കൂളിൽ പഠിക്കുമ്പോൾ, അതിനടുത്തുള്ള മന്നംപുറത്ത് കാവിൽ ഞാൻ

എന്നും പോയിരിക്കും. അവിടത്തെ കിളികളെ നിരീക്ഷിക്കും. മരങ്ങളെ നോക്കും. പിന്നീട് ജീവിതവൃത്തിക്ക് ഗൾഫിലൊക്കെ പോയപ്പോഴും, മനസ്സിൽ ഒരു കാട് വിളിക്കുന്നുണ്ടായിരുന്നു. അതാകണം, സ്വയം കാര്യ ശേഷിയുണ്ടായപ്പോൾ, ഉള്ള കാശുംകൊണ്ട് ഞാൻ ഇവിടെ പുലിയം കുളത്തെത്തിയത്. കാടിന്റെ അതിർത്തിയിൽത്തന്നെയുള്ള തോട്ടത്തിൽ തെങ്ങും കവുങ്ങും വളരുന്നതിനാൽ, ജീവിക്കാൻ അതുമതി.

തങ്ങളുടെ പരിസ്ഥിതിപ്രവർത്തനങ്ങൾക്ക് വഴികാട്ടിയായി കരീമിനെ വിശേഷിപ്പിച്ച് ഇന്ത്യൻ ഓയിൽ കോർപ്പറേഷൻ പത്തുകൊല്ലംമുമ്പ് ദേശീയപത്രങ്ങളിൽ മുഴുപ്പേജ് പരസ്യംചെയ്തിരുന്നു. 'വിചിത്രസ്വഭാവിയും ഗ്രാമീണനുമായ മദ്ധ്യവയസ്കൻ ഞങ്ങളെ സ്വാധീനിച്ച വിധം' എന്നായിരുന്നു ആ പരസ്യത്തിന്റെ തലവാചകം. ഇന്നും ആ വിചിത്രസ്വഭാവത്തിന് കരീമിൽ മാറ്റമില്ല. പ്ലാസ്റ്റിക് പാടില്ല എന്ന് പ്രഖ്യാപിച്ച് 38 കൊല്ലംമുമ്പ് സ്ഥാപിച്ച ബോർഡ് ഇപ്പോൾ കാനനത്തുടക്കത്തിൽ മായാതെ കിടക്കുന്നു. കാട്ടുവഴിയിലേക്ക് കടന്നാൽ ഇടയ്ക്കിടയ്ക്ക് ഇംഗ്ലീഷിലുള്ള നിർദ്ദേശബോർഡുകൾ. വഴിയിൽമാത്രം നടക്കുക, ഇല പറിക്കരുത്, നിശ്ശബ്ദത പാലിക്കുക... എന്നിങ്ങനെ. യാത്രികർക്ക് കുടിക്കാൻ പ്രത്യേകപാത്രത്തിൽ ഇടയ്ക്കിടയ്ക്ക് വച്ചിട്ടുണ്ട്, 'രാസശുദ്ധീകരണം നടത്താത്ത ശുദ്ധജലം. ഇലയാലും വേരുകളാലും ഔഷധച്ചെടികളാലും ഒടുവിൽ കരിമ്പാറയാലും ശുദ്ധീകരിച്ച വെള്ളം' എന്ന അഭിമാനത്തോടെയുള്ള അറിയിപ്പും പാത്രത്തിനു പുറത്ത് രേഖപ്പെടുത്തിയിട്ടുണ്ട്. വഴിയരികിൽ മൺപാത്രത്തിൽ നിലത്ത് വെള്ളംവച്ചതുകാണാം. അലഞ്ഞുതിരിയുന്ന പട്ടികൾക്കുള്ളതാണത്രേ അത്! മരച്ചില്ലകളിലും നിലത്തും ചെറിയ ചിരട്ടയിലും മറ്റും വെള്ളംകാണാം; അത് കിളികൾക്ക്. വഴിയരികിൽ സ്ഥാപിച്ച ടാർവീപ്പകൊണ്ടുള്ള വേസ്റ്റ് ബിന്നിൽമാത്രം മാലിന്യം നിക്ഷേപിക്കണം.

മുഖ്യകവാടത്തിനരികിൽത്തന്നെയാണ് കരീമിന്റെ ഫോറസ്റ്റ് 'ഔട്ട് ഹൗസ്'. കരീം വനപാലകനായി മിക്കവാറും സമയം ഇവിടെയുണ്ടാകും. രാത്രിയിൽ ഭാര്യയും മകനും കൂട്ടിനെത്തും. കാട്ടിൽ അല്പം ഉള്ളിലേക്ക് മാറി സാമാന്യം വലുപ്പമുള്ള വീടുണ്ട്. അവിടെ മറ്റു മക്കളും അതിഥികളും വന്നാൽ താമസിക്കും. നാലുപെൺമക്കളടക്കം ആറുപേർ ഗൾഫിലാണ്. വീട്ടിൽനിന്ന് ഔട്ട്ഹൗസുവരെ സി എഫ് എൽ ലാമ്പിട്ട് വീഥിയിൽ വെളിച്ചം തയ്യാറാക്കി. കാട് കാണാനും രാത്രികാല പരിസ്ഥിതിക്യാമ്പിനും എത്തുന്നവർക്കുവേണ്ടിയാണ് ഇത്. ഇവിടെയെല്ലാം വൈഫൈ സൗകര്യവും ഒരുക്കിയിട്ടുണ്ട്. കാടിനെ അതിരില്ലാത്ത ലോകമായാണ് കരീം കാണുന്നത്. വിലാസം: kareemforest@gmail.com

കമ്യൂൺ ലിവിങ് എന്ന സ്വപ്നം

കാട് കൊടുംകാടായതോടെ, ഇനിയെന്തുചെയ്യും എന്ന ആലോചനയും കരീമിൽ സജീവമായിട്ടുണ്ട്. അതിനായി പരിസ്ഥിതി സ്നേഹി

കൾക്ക് കമ്യൂൺ ലിവിങ് ആവാസവ്യവസ്ഥ സ്ഥാപിക്കാനാണ് കരീമിന്റെ ആലോചന. കാട്ടിനുള്ളിൽ, കൊടുംപാറയായതിനാൽ വേരുപിടിക്കാത്ത സ്ഥലത്ത്, 30 കുടുംബത്തിന് അപ്പാർട്ട്മെന്റ് ഉണ്ടാക്കാനാണ് ആലോചന. മദ്യപർ പാടില്ല, അന്യോന്യം സഹകരണമനോഭാവം വേണം, കാർ പാടില്ല, കുടുംബത്തെ ഇവിടെ താമസിപ്പിക്കണം; സർവ്വോപരി കാടിനെ കാക്കണം... ഇങ്ങനെയുള്ളവരിൽനിന്ന് തെരഞ്ഞെടുത്ത് താമസിപ്പിക്കാനാണ് പരിപാടി. ഇന്റർനെറ്റിൽ പരസ്യംചെയ്തതിനാൽ വിദേശത്തുനിന്നടക്കം ആവശ്യക്കാർ ഏറെയെന്ന് കരീം.

അംഗീകാരങ്ങളുടെ നിറവിൽ

കാട് തലയുയർത്തിയതോടെ കരീമിന്റെ പരീക്ഷണം കാണാൻ എത്തിയവരുടെ എണ്ണത്തിന് കണക്കില്ല. വർഷം പത്തുമുതൽ പതിനയ്യായിരംവരെ വിദ്യാർത്ഥികളും അവർക്കൊപ്പം അദ്ധ്യാപകരും ശാസ്ത്രജ്ഞരും കരീമിന്റെ കാട്ടിലെത്തി. ആറാംക്ലാസ് മലയാളപുസ്തകത്തിൽ കരീം പാഠ്യവിഷയമായതോടെ പ്രോജക്ടിന്റെ ഭാഗമായും കുട്ടികൾ വരുന്നുണ്ട്. പരിസ്ഥിതി സംഘടനകളുടെ ക്യാമ്പും മറ്റും ഇടയ്ക്കിടയ്ക്ക് ഇവിടെ നടത്താറുണ്ട്. എല്ലാ അവാർഡിനേക്കാളും മികച്ച അംഗീകാരമായാണ് കരീം ഇതിനെ കാണുന്നത്.

കിനാനൂർ - കരിന്തളം ഗ്രാമപഞ്ചായത്തിന്റെ അവാർഡുമുതൽ ഐക്യരാഷ്ട്രസഭയുടെ അംഗീകാരംവരെ അൻപതിലധികം ബഹുമതികൾ ലഭിച്ചിട്ടുള്ള കരീം അമേരിക്കൻ മുൻ വൈസ് പ്രസിഡന്റും നൊബേൽ സമ്മാനജേതാവുമായ അൽഗോറുമായി പതിവായി ഇ-മെയിൽ സംഭാഷണം നടത്തുന്ന ആൾകൂടിയാണ്. 1998 ൽ സഹാറാ ഗ്രൂപ്പിന്റെ പരിസ്ഥിതി അവാർഡ് അമിതാഭ്ബച്ചനാണ് നല്കിയത്. 2008 ൽ ലിംക ബുക്ക് ഓഫ് റെക്കോർഡ്സ് പീപ്പിൾ ഓഫ് ദ ഇയർ ആയി തെരഞ്ഞെടുത്ത കരീം ഇപ്പോൾ, ആന്ധ്ര ഗുണ്ടൂരിലെ അൾട്ടാവില്ല എന്ന സ്വാശ്രയഗ്രാമത്തിന്റെ പരിസ്ഥിതി അംബാസഡറായും പ്രവർത്തിക്കുന്നു. കോർപ്പറേറ്റ് സ്ഥാപനത്തെക്കൊണ്ട് ഗ്രാമത്തെ ദത്തെടുപ്പിച്ച് കേന്ദ്രസർക്കാർ നടപ്പാക്കുന്ന ഈ പദ്ധതിയുടെ ഭാഗമായി പരിസ്ഥിതി സംബന്ധമായ തന്റെ അനുഭവങ്ങൾ കരീം ഗ്രാമീണരുമായി പങ്കിടുന്നു.

കന്നഡ മഹാകവി

"ദാഹിസിതെ ഭഗിനിയെ; കൃപാരസി മോഹിസുവ തമ്പു തണ്ണീര നീഡനികെ യെലചെലുവി, യെമ്പനൊടി കേളിതനു വിഭ്രമവ താളി തനു ആ മനോഹരി പേൾതളിം ആതനൊഡനെ..."

(*ചണ്ഡാലഭിക്ഷുകി*)

"ദാഹിക്കുന്നു ഭഗിനി.... കൃപാരസമോടെ.." എന്ന് ആശാന്റെ മാതംഗിയോട് ബുദ്ധ ഭിക്ഷു ചോദിച്ചതോർമ്മയില്ലേ? ശരാശരി മലയാളിക്കറിയാവുന്ന ആ ഭിക്ഷു ഇവിടെ കന്നഡികനാകുകയാണ്. ആശാന്റെ ഘനഗാംഭീര്യം ഒട്ടും ചോർന്നുപോകാതെ ഈ കന്നഡിക ഭിക്ഷുവിനെക്കൊണ്ട് തണ്ണീർ ചോദിപ്പിച്ചതും മറ്റൊരു 'മലയാളി'. കർമ്മവും ജീവിതവും മലയാളത്തിൽ ഉറപ്പിച്ച വിശ്രുത കന്നഡ കവി കയ്യാർ കിഞ്ഞണ്ണറൈ. ശതാബ്ദിയായ ആ ജീവിതം ആയുസ്സുകൊണ്ടും സർഗ്ഗമേഖലകൾ കൊണ്ടും കുമാരനാശാനെയും വള്ളത്തോളിനെയും ചങ്ങമ്പുഴയെയും തൊടുന്നുണ്ട്. എന്നാൽ അവരാണോ കിഞ്ഞണ്ണറൈ അല്ലേയല്ല. പൂർവ്വികരുടെ തറവാടിത്ത ഘോഷണത്തെ ഇടിഞ്ഞുപോളിഞ്ഞ കാലമായി കണ്ട അക്കിത്തമുണ്ട്, കിഞ്ഞണ്ണറൈയുടെ കവിതകളിൽ. കേരളം വളരുന്നുവെന്ന് ആത്മാഭിമാനം പൂണ്ട പാലാനാരായണൻനായരെയും കിഞ്ഞണ്ണറൈയിൽ കാണും. ദേശാഭിമാനത്തിന്റെ അലകൾ തിളച്ചു മറിയുന്ന, കിഞ്ഞണ്ണറൈയുടെ ഐക്യഗാന എന്ന കവിത, ഏതൊരു കന്നഡക്കാരനും മനഃപാഠം. ഇനിയും ഉപമിക്കാം, കറുത്ത മക്കളെ ചുട്ടു തിന്നുന്ന ദുരിതകാലം വരച്ച കടമ്മനിട്ടയുമുണ്ട് കയ്യാറിന്റെ കവിതകളിൽ. *കൊറഗ* എന്ന സമാഹാരം, കറുപ്പിന്റെ സന്തതികളുടെ ഉയിർപ്പിനെ വാഴ്ത്തുന്നതാണ്...

അതിരുകൾ മായ്ച്ച കവി

കാസർകോട് നഗരത്തിൽനിന്നും മുക്കാൽ മണിക്കൂർ ബസിലിരുന്നാൽ ബദിയഡുക്കയായി. കർണ്ണാടകത്തിലേക്ക് പിന്നെയും 15 കിലോമീറ്റർ കാണും. അതിർത്തി അത്ര അടുത്തുള്ള ഈ ഉത്തരദേശത്താണ് കയ്യാർ കിഞ്ഞണ്ണറൈയുടെ ജന്മസ്ഥലം. ബദിയഡുക്ക കളയയിൽ കവിതകുടീര എന്ന വീട്ടിൽ, വാർദ്ധക്യ സഹജമായ അവശതകളുമായി നൂറാംവയസ്സിലേക്ക് പദമൂന്നുകയാണ് കവി. ഓർമ്മകൾ ഇങ്ങിനി വരാത വണ്ണം കൈവിട്ടുപോയതിന്റെ അസ്കിതകളുണ്ട് ഇടയ്ക്കിടയ്ക്ക്. കവി, ഗദ്യകാരൻ, ഭാഷാശാസ്ത്രജ്ഞൻ, തത്ത്വചിന്തകൻ, അദ്ധ്യാപകൻ, സ്വാതന്ത്ര്യ സമരസേനാനി, പത്രപ്രവർത്തകൻ ഇതെല്ലാമാണ് കിഞ്ഞണ്ണറൈ. മലയാളത്തിലെ ആധുനിക കവിത്രയങ്ങളിലും ഈ വിശേഷണങ്ങൾ മിക്കതും ഒത്തിണങ്ങിയവരായിരുന്നല്ലോ.

പാരമ്പര്യ ഘോഷണത്തിലും ദേവീസ്തുതികളിലും മയങ്ങിയിരുന്ന കന്നട കവിതയെ അൻപതുകളിൽ നവീന ചിന്താധാരയിലേക്ക് നയിച്ച മഹാകവി കൂടിയാണ് ഈ മലയാളി. ദക്ഷിണകന്നഡയിലെ സാംസ്കാരിക - വിദ്യാഭ്യാസ ജീവിതത്തിൽ ഇത്രമാത്രം സ്വാധീനം ചെലുത്തിയ കവി വേറെയില്ല. ദേശാഭിമാനത്തിന്റെ പുതിയ ചിന്തകൾ കന്നഡ യുവാക്കളിൽ തീയായി കടത്തിവിട്ട മഞ്ചേശ്വരത്തെ രാഷ്ട്രകവി ഗോവിന്ദപൈയുടെ സഹപ്രവർത്തകനായാണ് നാല്പതുകളിൽ കിഞ്ഞണ്ണറൈ പൊതുപ്രവർത്തനം തുടങ്ങ!ുന്നത്. മംഗലാപുരത്ത് പത്രപ്രവർത്തകനായിരുന്നു അക്കാലം. *പ്രഭാതം, സ്വദേശാഭിമാനി* പത്രങ്ങളിൽ അദ്ദേഹം നിരന്തരം എഴുതി. 1942 ൽ മംഗലാപുരം കോടതി പിക്കറ്റ് ചെയ്തിനാൽ ബ്രിട്ടീഷ് പൊലീസ് പിടികൂടി. ഗാന്ധിജിയുടെ നിർദ്ദേശത്തെ തുടർന്ന്; പത്രപ്രവർത്തകനായതിനാൽ പൊലീസ് വെറുതെ വിട്ടു. ക്വിറ്റിന്ത്യ പ്രക്ഷോഭകാലത്ത് പൂർണ്ണമായും ഒളിവിൽ പോയി.

പോരാ.. പോരാ.. നാളിൽ നാളിൽ എന്ന വള്ളത്തോളിന്റെ വിശ്രുത കവിത പിറന്ന അതേ കാലത്ത് കിഞ്ഞണ്ണ റൈയും ഐക്യഗാനവുമായി കന്നഡ ഭാഷയെ സജീവമാക്കി. “ഐക്യ ഒന്തേ മന്ത്ര, ഐക്യദിന്തേ സ്വതന്ത്ര, ഐക്യ ഗാനതി രാഷ്രടതേളു തിരലി...” ആ സ്വാതന്ത്ര്യഗാനം ഇപ്പോഴും തിരയടിക്കുന്നു കന്നഡ ഭാഷാസ്നേഹികളിൽ.

ഗാന്ധിജിക്ക് പ്രിയപ്പെട്ട ഊന്നുവടി സമ്മാനിച്ചത് മഞ്ചേശ്വരത്തെ ഗോവിന്ദപൈയാണെന്നൊരു കഥയുണ്ട്. അനീതിക്കെതിരായ നീതിയുടെ ആ വടി, ഗോവിന്ദപൈക്ക് തയ്യാറാക്കി നല്കിയത് കിഞ്ഞണ്ണറൈയെ പോലുള്ള അക്കാലത്തെ തുളുനാട്ടിലെ ക്ഷുഭിത യൗവനങ്ങളായിരുന്നു.

കവി, ഗവേഷൻ

സ്വാതന്ത്ര്യാനന്തരം, പത്രപ്രവർത്തനജീവിതം ഉപേക്ഷിച്ച് കാസർകോട് ജില്ലയിലെ പെർഡാല നവജീവൻ സ്കൂളിൽ അദ്ധ്യാപകനായി

കിഞ്ഞണ്ണറൈ എത്തി. സാഹിത്യജീവിതത്തോടൊപ്പം അദ്ധ്യാപനത്തിന്റെ പുതിയ മേഖലകൾ താണ്ടി. 1969 ൽ രാഷ്ട്രപതിയിൽനിന്നും അദ്ധ്യാപക അവാർഡ് ഏറ്റുവാങ്ങി. സംസ്കൃതത്തിലും കന്നഡയിലും ഇംഗ്ലീഷിലും ബിരുദാനന്തരബിരുദം നേടിയിരുന്നു അപ്പോഴേക്കും. ഭാഷാസാഹിത്യത്തിലും തർജ്ജമയിലും കൂടുതൽ ശ്രദ്ധ പതിപ്പിക്കുന്നത് ഇക്കാലത്താണ്. ആശാന്റെ *ചിന്താവിഷ്ടയായ സീത, കരുണ, ചണ്ഡാലഭിക്ഷുകി* കാവ്യങ്ങൾ കന്നഡയിലേക്ക് മൊഴിമാറ്റി. കേന്ദ്രസാഹിത്യ അക്കാദമിയാണ് ഇവ പ്രസിദ്ധീകരിച്ചത്. ഉള്ളൂരിന്റെ മലയാള സാഹിത്യ ചരിത്രം കേന്ദ്രസാഹിത്യ അക്കാദമിയുടെ ചുമതലയിൽ കന്നഡയിലേക്ക് മൊഴി മാറ്റിയിട്ടുണ്ട്.

കന്നഡയിൽ പന്ത്രണ്ടും തുളുവിൽ ഒന്നുമായി 13 കാവ്യസമാഹാരങ്ങൾ കിഞ്ഞണ്ണറൈയുടേതായി പുറത്തിറങ്ങി. *ഐക്യഗാന, പുനർനവ, ശതമാനത ഗാന, കൊറഗ* തുടങ്ങിയവയാണ് ഇവയിൽ ശ്രദ്ധേയമായ കാവ്യങ്ങൾ. *എന്നപ്പെ തുളുവപ്പെ* എന്ന തുളു കാവ്യം ആ ഭാഷയിൽ പ്രഥമഗണനീയവുമാണ്. മലഞ്ചൂരൽ മലയിറങ്ങിവന്ന കുറത്തിയെ കടമ്മനിട്ട മലയാളത്തിൽ അവതരിപ്പിച്ചപ്പോൾ, ഇതേ പശ്ചാത്തലത്തിൽ, കൊറഗനെയും (കുറത്തിയുടെ ആൺരൂപം) കിഞ്ഞണ്ണറൈ കന്നടയിൽ അവതരിപ്പിച്ചു. കർണ്ണാടകയിലെ വിവിധ സർവ്വകലാശാലകളിൽ ഇപ്പോഴും കവിതാഗവേഷകർ, കൊറഗയെ പഠിക്കുകയാണ്. കാസർകോഡ്, ദക്ഷിണകന്നഡ ജില്ലകളിൽ മാത്രമുള്ള അടിയാള വിഭാഗമാണ് കൊറഗർ. കന്നഡയിൽ 'കൊറഗ' എന്ന വാക്കിന് 'തോല്ക്കാത്തവൻ' എന്നും അർത്ഥമുണ്ട്. അതിന്റെ വ്യുൽപത്തി തേടി ഭാഷയിൽ- വരികളിൽ- ഇന്ദ്രജാലം കാട്ടിയാണ് കൊറഗ എന്ന കറുത്തവനെ കിഞ്ഞണ്ണറൈ അവതരിപ്പിച്ചത്. (പാലക്കാട് സ്വദേശി സി വാസുദേവൻ ഐ എ എസ് എഴുതിയ *കൊറഗ ദ ഫൊർഗട്ടൺ ലോട്ട്* എന്ന പുസ്തകത്തിന്റെ ആമുഖത്തിൽ കിഞ്ഞണ്ണ റൈയുടെ കൊറഗ കവിത ഇംഗ്ലീഷിലേക്ക് തർജ്ജമ ചെയ്ത് പ്രസിദ്ധീകരിച്ചിട്ടുണ്ട്)

ആത്മീയതയുടെ വായനയിൽ ആധുനികതയുടെയും സൗന്ദര്യശാസ്ത്രത്തിന്റെയും നവനാമ്പുകൾ കടത്തിവിട്ട പി കുഞ്ഞിരാമൻ നായരും അക്കിത്തവും കടന്നുവരുന്നുണ്ട് കിഞ്ഞണ്ണറൈയുടെ കവിതകളിൽ. നൂറ്റൊന്നു കവിതകൾ ഉൾപ്പെട്ട ഏഴ് അദ്ധ്യായങ്ങളിലുള്ള ശതമാനത ഗാന, നോക്കുക: *സപ്തമുഖീ നാദ ലഹരി* എന്ന് കാവ്യാസ്വാദകർ വിളിക്കുന്ന ഈ സമാഹാരത്തിൽ പ്രകൃതി, പ്രണയം, കാമം, ദേശഭക്തി, പൂർവ്വികതയോടുള്ള വെല്ലുവിളി എല്ലാം കടന്നു വരുന്നുണ്ട്. 'ഇത്തറവാടിത്ത ഘോഷണം' ഇടശ്ശേരിയെ പോലെ കിഞ്ഞണ്ണറൈയെയും രോഷം കൊള്ളിച്ചിരുന്നു.

ആശാന്റെ *സീതാകാവ്യ*ത്തിന് സമാനമായാണ് കിഞ്ഞണ്ണ റൈയുടെ *ഊർമ്മിള*യെ കന്നഡ സാഹിത്യം കാണുന്നത്. ആരാമത്തിൽ അതിചിന്ത

വഹിച്ചു സീത പോയത് ഭർത്താവിനെയും കുടുംബത്തെയും ചോദ്യം ചെയ്യാനാണെങ്കിൽ, കിഞ്ഞണ്ണറൈയുടെ ഊർമ്മിളയും ആദ്യമായി ചോദ്യം ചെയ്യുന്നത് ഭർത്താവായ ലക്ഷ്മണനെത്തന്നെ.

രാഷ്ട്രകവി ഗോവിന്ദപൈയുടെ ജീവചരിത്രമടക്കം എട്ട് ഗദ്യസമാഹാരവും ഇദ്ദേഹത്തിന്റേതായുണ്ട്. രണ്ട് കഥാസമാഹാരവും. സ്വാതന്ത്ര്യ സമരം പ്രമേയമാക്കി രചിച്ച *വിരാഗണി*, എന്ന നാടകം കന്നഡ രംഗ കലയുടെ സാമ്പ്രദായിക രീതിയെ വെല്ലുവിളിച്ചു. മലയാള സാഹിത്യ ചരിത്രം തർജ്ജമ അടക്കം ആറ് സാഹിത്യ വിമർശ ഗ്രന്ഥങ്ങളും കിഞ്ഞണ്ണ റൈ എഴുതി. ഒപ്പം നാല് കന്നഡ വ്യാകരണ ഗ്രന്ഥങ്ങളും. മംഗളൂർ, ഹംബി, ബാംഗ്ലൂർ അടക്കമുള്ള കർണ്ണാടകത്തിലെ മിക്ക സർവ്വ കലാശാലകളിലും, കന്നഡ സാഹിത്യ വിമർശത്തിന്റെയും വ്യാകരണ പഠനത്തിന്റെയും അടിസ്ഥാനം കിഞ്ഞണ്ണറൈയുടെ രചനകളാണ്.

വള്ളത്തോളിനെയും മറ്റുംപോലെ സാഹിത്യത്തിൽ ഒന്നും തനിക്കന്യമല്ല, എന്ന ബോദ്ധ്യത്തിൽ എട്ടു വാള്യമുള്ള ബാലകവിതകളും അദ്ദേഹത്തിന്റേതായുണ്ട്. *നവോദയ വചന മാലെ* എന്ന ഈ ബാലസാഹിത്യം, കന്നട പ്രൈമറി വിദ്യാഭ്യാസത്തിലെ എഞ്ചുവടി കൂടിയാണ്. *ദുതിതവെ നന്ന ദേവറു* (അദ്ധ്വാനം തന്നെ ജീവിതം) എന്ന ആത്മകഥയും എഴുതി.

ചെറുതും വലുതുമായ നൂറിലധികം അവാർഡുകളും അദ്ദേഹത്തിന് ലഭിച്ചു. വരുന്നവരോട് വിശദീകരിക്കാൻ ബുദ്ധിമുട്ടിയപ്പോൾ മുപ്പത് പേജ് വരുന്ന കൈപ്പുസ്തകം തന്നെ തയ്യാറാക്കി നല്കിയിരിക്കുന്നു കവി. കേന്ദ്ര - സംസ്ഥാന സാഹിത്യ അക്കാദമി അവാർഡുകൾ, സംസ്ഥാന രൂപീകരണത്തിന് മുമ്പ് മൈസൂർ, മദ്രാസ് സംസ്ഥാന സാഹിത്യ അവാർഡ് തുടങ്ങിയവ ഇതിൽപെടും. 2005 ൽ മംഗളൂരു, 2006 ൽ ഹംബി സർവ്വകലാശാലകൾ ഡോക്ടറേറ്റ് നല്കി ആദരിച്ചു. സംസ്ഥാന രൂപീകരണത്തോടെ കർണ്ണാടക സംരക്ഷണ സമിതിയുടെ നേതാവായും പ്രവർത്തിച്ചു. സ്വതന്ത്രനായി ജയിച്ച് 16 വർഷം ബദിയഡുക്ക പഞ്ചായത്ത് പ്രസിന്റുമായി. നാടറിയുന്ന കർഷകനുമാണ് അദ്ദേഹം. 1915 ജൂൺ എട്ടിന് ജനിച്ച കവി, നൂറാംവയസ്സിൽ പാദമൂന്നുകയാണ് ഈ ഞായറാഴ്ച. ഭാഷാസ്നേഹികളും കേരളത്തിലെയും കർണ്ണാടകത്തിലേയും മന്ത്രിമാരും ബദിയഡുക്ക പെർഡാലയിലെ കവിതകുടീരത്തിൽ ഇന്ന് ഒത്തുചേരും. ഭാര്യ കുഞ്ഞക്ക 2007 ൽ അന്തരിച്ചു. എട്ടുമക്കൾ.

സാഹിത്യത്തിന് അതിരെങ്ങ്

അതിര് നമ്മളുണ്ടാക്കുന്നതാണ്. സാഹിത്യത്തിന് അത് ബാധകമേയല്ല. കയ്യാർ കിഞ്ഞണ്ണ റൈ എന്ന 'മലയാളി' അതാണ് നമുക്ക് കാട്ടിത്തരുന്നത്. ബഷീർ, തകഴി, എസ് കെ പൊറ്റെക്കാട്, ജി ശങ്കരക്കു

റുപ്പ്, ഉബൈദ് എന്നിവരുമായി അടുത്ത ബന്ധവും കവിക്കുണ്ടായിരുന്നു. വാസസ്ഥലമായ കവിതാകുടീരത്തിൽ പതിനായിരത്തിലധികം പുസ്തകമുണ്ട്. നമ്മുടെ അതിർത്തിയിലെ ഒരു സാഹിത്യ സർവ്വകലാശാല. വഴി നീളുകയാണ്. ബദിയടുക്ക, അരമണിക്കൂർ പിന്നിട്ടാൽ ആഡ്യനടുക്ക, കേരളം ഇവിടെ തീർന്നു. സാറടുക്കയിൽ നമ്മെ തടയാൻ ചെക്കുപോസ്റ്റ്. അപ്പുറത്തെ അടുക്കസ്ഥല കർണ്ണാടകമത്രെ. അവിടെ നാം അന്യരായാൽ അവരുടെ മഹാകവി നമുക്കെന്താണ്...?

ജീവിതത്തിലേക്കൊരു ടിക്കറ്റ് പ്ലീസ്...

കണ്ണൂർ സ്റ്റേഷനിലേക്ക് കോയമ്പത്തൂർ- മാംഗ്ലൂർ എക്സ്പ്രസ് എത്താറായെന്ന് അറിയിപ്പ് മുഴങ്ങിയപ്പോൾ മുഖ്യ ടിക്കറ്റ് പരിശോധകനായ എം കൃഷ്ണൻ കറുത്ത കോട്ടിട്ട് പുറത്തിറങ്ങി. മുഖത്തപ്പോൾ പരിശോധകന്റെ കനപ്പെട്ട ഭാവം. അവിടേക്കാണ് കണ്ണൂർ വനിതാപൊലീസ് സ്റ്റേഷനിലെ എ എസ് ഐ ഓടിയെത്തുന്നത്. "സാറെ; കോഴിക്കോട് നിന്നും ഒരു പയ്യൻ മിസ്സിങ്ങാണെന്ന് പറഞ്ഞ് മെസേജുണ്ട്. കണ്ണൂർ ഭാഗത്തേക്കാണ് നീങ്ങിയത്. ഈ ട്രെയിനിലൊരു കണ്ണ് വേണേ സാറെ... എല്ലാ അടയാളങ്ങളും പറഞ്ഞുകൊടുത്ത് എ എസ് ഐ നീങ്ങിയപ്പോൾ, ട്രെയിനെത്തി; തിരക്കിലൂടെ കാണാതായ പയ്യന്റെ രൂപവും തേടി കൃഷ്ണനെന്ന പരിശോധകൻ ഓരോ കോച്ചിലും കയറിയിറങ്ങിത്തുടങ്ങി. അയാൾ അപ്പോൾ യാത്രക്കാരോട് ടിക്കറ്റല്ല ചോദിച്ചത്; വെളുത്ത് കൊലുന്നനെയുള്ള ജീൻസ് പാന്റിട്ട പന്ത്രണ്ടുവയസ്സുകാരനെപ്പറ്റിയാണ്.

റെയിൽവേ പാലക്കാട് ഡിവിഷനിൽ ടിക്കറ്റ് പരിശോധകൻ കണ്ണൂർ ചെറുകുന്നിലെ എം കൃഷ്ണൻ തീവണ്ടി യാത്രകളിൽ ഒറ്റപ്പെട്ടവരെ അന്വേഷിച്ച് മുപ്പതുവർഷമായി നടക്കുകയാണ്. അന്വേഷിക്കുന്നവരിൽ പിഞ്ചുകുഞ്ഞ് മുതൽ വീട്ടുകാർ നടതള്ളിയ മലേഷ്യൻ പൗരയായ പ്രൊഫസർ വരെയുണ്ട്. പേടിച്ചരണ്ട ഓരോ കുഞ്ഞുമിഴിയിലും തന്റെ മക്കളുടെ തന്നെ ആശങ്കയാണ് കാണുന്നതെന്ന് കൃഷ്ണൻ. മൂന്നൂറോളം പേർ വരും അദ്ദേഹം രക്ഷിച്ച് അനാഥാലയങ്ങളിലും, സ്വന്തം വീടുകളിലും എത്തിച്ചവരുടെ എണ്ണം. കേരളത്തിലും തമിഴ്നാട്ടിലുമുള്ള മിക്ക അനാഥാലയങ്ങളിലും അദ്ദേഹം കയറിയിറങ്ങിയിട്ടുണ്ടാകും. മിക്ക പൊലീസ് സ്റ്റേഷനുകളിലേക്കും അദ്ദേഹം ഒരു ഫോൺവിളിയെങ്കിലും നടത്തിയിട്ടുണ്ടാകും.

കൃഷ്ണൻ @ ചാരിറ്റി

ജോലി കിട്ടി ടിക്കറ്റ് പരിശോധകനായി മംഗളൂരുവിൽ എത്തിയപ്പോഴാണ് തന്റെ ആദ്യത്തെ 'രക്ഷാപ്രവർത്തനം' അദ്ദേഹം നടത്തുന്നത്. അതു പക്ഷേ, ഒരു ചതിക്കഥയായിരുന്നുവെന്നും ചിരിച്ചുകൊണ്ട് അദ്ദേഹം ഓർക്കും. ടിക്കറ്റില്ലാ യാത്ര ചെയ്ത ഒരു 22 വയസ്സുകാരിയെ റെയിൽവേ പൊലീസും ജീവനക്കാരും ചോദ്യം ചെയ്യുന്നതാണ് അദ്ദേഹം കാണുന്നത്. പെൺകുട്ടി കരച്ചിലിന്റെ വക്കിലാണ്. വട്ടംകൂടിയ ജനം, സിനിമ പോലെ രംഗം ആസ്വദിക്കുന്നു. ടി ടി ആർ എന്ന അധികാരത്തിൽ, ആൾക്കാരെയെല്ലാം മാറ്റി പെൺകുട്ടിയുമായി സംസാരിച്ചപ്പോഴാണ് കദനകഥയറിയുന്നത്. കർണ്ണാടകയിലെ ബൽത്തങ്ങാടിയിൽനിന്നും രണ്ടാനമ്മയുടെ പീഡനംമൂലം സ്ഥലം വിട്ടതാണത്രെ. ബംഗളൂരുവിൽ ഹോം നഴ്സ് ആയി ജോലി ചെയ്യുന്നതിനിടയിൽ ലൈംഗിക പീഡനവും ഉണ്ടായപ്പോൾ നാടുവിട്ടെന്ന് പെൺകുട്ടി. മനസ്സിൽ അസ്വസ്ഥത തോന്നിയ കൃഷ്ണൻ, ടിക്കറ്റില്ലാത്ത യാത്ര ചെയ്ത അവളുടെ പിഴത്തുക അടച്ച്, കണ്ണൂരിലേക്ക് കൂട്ടി. ഭാര്യയോടും അമ്മയോടും അവളുടെ കഥ പറഞ്ഞപ്പോൾ വീട്ടിൽ സഹായിയായി ഒപ്പം കൂട്ടാൻ അവർക്കും സമ്മതം.

ഇതിനിടയ്ക്ക് അവൾ നല്കിയ ബംഗളൂരിലെ വിലാസത്തിൽ അന്വേഷിച്ചപ്പോൾ, അങ്ങനെയൊരു വീടില്ല! അവടെയുള്ളത് ക്രിസ്ത്യൻ മഠമാണ്. അവിടെയുണ്ടായിരുന്ന തളിപ്പറമ്പിലെ കന്യാസ്ത്രീയെ കണ്ടപ്പോഴാണ്, ഞെട്ടിക്കുന്ന സത്യമറിയുന്നത്. അവൾ ബംഗളൂരിലെ അറിയപ്പെടുന്ന ക്രിമിനലാണത്രെ! നല്ലൊരു സിനിമാക്കഥയുടെ എല്ലാ ചേരുവകളിലുമുള്ള അവളുടെ ജീവിതം താനറിഞ്ഞ നിമിഷത്തിൽ- 20 ദിവസം വീട്ടിലുണ്ടായിരുന്ന അവൾ - വീട്ടിൽനിന്നും എന്നെന്നേക്കുമായി സ്ഥലം വിട്ടു. ഇതിനിടയ്ക്ക് പരിചയക്കാരനായ പൊലീസുദ്യോഗസ്ഥനെ, താൻ പടിച്ച പുലിവാലിനെപ്പറ്റി കൃഷ്ണൻ അറിയിച്ചിരുന്നു. തളിപ്പറമ്പിലെ തന്നെ ഒരു വികാരിയോട് അന്വേഷിച്ചപ്പോഴാണ് വിശദവിവരങ്ങൾ അറിയുന്നത്, അവൾ ബൽത്തങ്ങാടിക്കാരിയാണ്. ദുർന്നടപ്പുമൂലം വീട്ടിൽ നിന്നും നടതള്ളിയതാണ് പോലും.

അതൊരു പാഠമായിരുന്നു; അനുകമ്പ കാട്ടണമെങ്കിലും ഒരുപാട് സൂക്ഷിക്കേണ്ട കാലമാണിത്. ജീവിതം പോലെ ഒഴുകുന്ന മഹാനദിയാണല്ലോ തീവണ്ടികൾ. അവിടെനിന്നും കരം പിടിച്ച് ഒപ്പം കൂട്ടേണ്ടത് തീർച്ചയായും അർഹരെ തന്നെയാകണം.

ഉള്ളുലച്ച മറ്റൊരു കഥയും പറയാനുണ്ട് അദ്ദേഹത്തിന്. മലേഷ്യയിൽ സർവ്വകലാശാല പ്രൊഫസറായിരുന്ന ഒരു വയോധികയുടെ കഥ. അതും നല്ലൊരു ലോഹിതദാസ് തിരക്കഥയുടെ ചേരുവകളുള്ള കഥയാണ്. 2007 ജൂലൈ 27: കണ്ണൂർ ഓഫീസിൽ ഇരിക്കുമ്പോഴാണ് പുറത്തുള്ള ടാക്സിക്കാർ വിളിക്കുന്നത്. ഒരു സ്ത്രീ കാറിൽ കയറി ഇറങ്ങാൻ സമ്മതിക്കുന്നില്ല. ആരാണെന്ന് അറിയില്ല; സാറൊന്ന് വരണം - ടാക്സിക്കാർ വിളിച്ചു. ചെന്നുനോക്കുമ്പോൾ തടിച്ച് കറുത്തൊരു സ്ത്രീ. ഇരുന്നിടത്തുനിന്നും അനങ്ങാൻ കഴിയുന്നില്ല. ഊരും പേരുമൊന്നും പറയുന്നുമില്ല. ഏതായാലും കണ്ണൂരിലെ അനാഥാലയമായ പ്രത്യാശാഭവനിൽ എത്തിക്കാനായി ടാക്സി അങ്ങോട്ട് തിരിച്ചു. കാറിൽനിന്ന് ഇറങ്ങാൻ പറ്റാത്തവിധം അരയ്ക്കുതാഴെ തളർന്നുപോയ സ്ത്രീയായിരുന്നു അത്. മൂത്രം പോകാൻ യൂറിൻബാഗ് ശരീരത്തിനുപുറത്ത് ഘടിപ്പിച്ചിട്ടുണ്ട്. ബാഗ് പരിശോധിച്ചപ്പോൾ, അവർ മലേഷ്യൻ പൗരയാണെന്ന് മനസ്സിലായി. പേര്: ദേവി പാക്കർ സാമി; മാത്രമല്ല, കണ്ണൂരിലെ ഒരു എസ് ഐയുടെ ബന്ധുവും. എസ് ഐയെ അറിയിച്ചപ്പോൾ അയാൾ ഏറ്റെടുക്കാൻ മടിച്ചു.

പ്രത്യാശഭവനിൽ നല്കിയ പരിചരണത്തിൽ, ഒരുവിധം നടക്കാമെന്നായി. മലേഷ്യയിലെ ഇംഗ്ലീഷ് പ്രൊഫസറാണവർ. ഭർത്താവ് മരിച്ചു; മക്കൾ കൂടെ നിർത്തുന്നില്ല. ബന്ധുക്കളുള്ള കണ്ണൂരിലെത്തിയപ്പോൾ ഉണ്ടായ അപകടത്തിൽ തളർന്നുപോയതാണ്. അസുഖംമൂർച്ഛിച്ചപ്പോൾ ഇവിടത്തെ ബന്ധുക്കൾ നടതള്ളി. മുമ്പ് നിരവധി പെട്ടികളുമായി മലേഷ്യയിൽനിന്നും ബന്ധുവീട്ടിൽ എത്തിയിരുന്ന അവരെ ഈ അസുഖകാലത്ത് നിർദ്ദയം ഉപേക്ഷിക്കുകയായിരുന്നു. അസുഖം ഭേദമാക്കി, വിസകാലാവധി തീർന്ന അവരെ, ചെന്നൈയിലെ മലേഷ്യൻഎംബസി മുഖാന്തരം കൃഷ്ണൻ നാട്ടിലേക്കയച്ചു.

കൃഷ്ണൻ @ ടിടിഇ

ജീവിതകഥകളുടെ അല്ല, അനുഭവത്തിന്റെ പലതരം വേർഷനുകൾ നമുക്കറിയാൻ പറ്റും കൃഷ്ണനോട് സംസാരിച്ചാൽ. ടി ടി ഇ ആയതിനാൽ, അനുഭവങ്ങളോട് രക്തബന്ധം കൂടും. മുംബൈ ചുവന്ന തെരുവിൽനിന്നും രക്ഷപ്പെട്ടോടി വന്ന ബൽഗാംകാരി, സേലത്തുനിന്നും പരിചയക്കാരനെ തേടിവന്ന് ബലാത്സംഗം ചെയ്യപ്പെട്ടവൾ, റെയിൽവേ സ്റ്റേഷനിൽ ഈച്ചയാർത്തു കിടന്ന പൊള്ളലേറ്റ ഹിന്ദിക്കാരി, അഭയകേന്ദ്രത്തിലേക്ക് കൊണ്ടു പോകും വഴി വണ്ടിയിൽനിന്നും ഇറങ്ങിയോടിയ ആജാനുബാഹു, രണ്ടാനമ്മയോട് പിണങ്ങി കണ്ണൂരിലെത്തിയ ഏഴു വയസ്സുള്ള ഹിന്ദിക്കാരൻ പയ്യൻ, ചെന്നെയിൽനിന്നും നാടുവിട്ട 12 കാരൻ അജിത്.... ഏതു വേണമെന്ന് സൂചന മാത്രം നല്കിയാൽ മാത്രം മതി. അദ്ദേഹത്തിന്റെ മനസ്സിന്റെ തിരശ്ശീയിൽ അനുഭവങ്ങളങ്ങനെ തെളിഞ്ഞുവരും.

ദീർഘകാലത്തെ പരിചയത്താലാവണം, വിശക്കുന്ന വയറിന്റെ യഥാർത്ഥ ദൈന്യത ഇപ്പോൾ അദ്ദേഹത്തിന് പെട്ടെന്നറിയാം. അത്ത രക്കാർക്ക്, തന്റെ വിസിറ്റിങ് കാർഡ് ഒപ്പിട്ട് നല്കി, റയിൽവേസ്റ്റേഷൻ കാന്റീനിൽ പോയി ഭക്ഷണം കഴിക്കാൻ പറയും. കൃഷ്ണന്റെ കാർഡാ യതിനാൽ കാന്റീൻകാർ ഭക്ഷണം നല്കും; അദ്ദേഹം പിന്നാലെയെത്തി പണം നൽകും. കണ്ടെത്തുന്ന അഗതികളെ, മുൻപിൻ നോക്കാതെ ഏറ്റെ ടുക്കുന്ന ശീലം ഇപ്പോൾ കുറച്ചിട്ടുണ്ട്. പൊലീസിന്റെ നിർദ്ദേശമാണ് കാരണം. നിയമപ്രശ്നങ്ങൾ സങ്കീർണ്ണമായതിനാൽ, പൊലീസ് വഴി മാത്രമേ കാര്യങ്ങൾ ചെയ്യാറുള്ളൂ. തളിപ്പറമ്പ് ആലക്കോട് തിരുരക്താ ശ്രമത്തിലാണ് ഇപ്പോൾ അഗതികളെ എത്തിക്കുന്നത്. ഏതുസമയത്ത് വിളിച്ചാലും ആശ്രമക്കാർ അഗതിക്കൊരു കിടക്ക ഏർപ്പാടാക്കും. പുതിയ കാലത്ത്, സേവന പ്രവർത്തനമായാലും അതിലൊരു നിയമ മേൽനോട്ടം നല്ലതു തന്നെയാണെന്നാണ് കൃഷ്ണന്റെയും പക്ഷം.

കൃഷ്ണൻ @ മാജിക്ക്

ടിക്കറ്റ് പരിശോധകനേക്കാളും, അറിപ്പെടുന്ന മാജിക്കുകാരനാകാ നാണ് കൃഷ്ണൻ ആഗ്രഹിച്ചത്. ജീവിതമെന്ന വലിയ മാജിക്കിൽ പക്ഷേ, കാരുണ്യവഴിയേ തീവണ്ടിയിൽ യാത്ര ചെയ്യാനായി നിയോഗം. വാഴ ക്കുന്നം നമ്പൂതിരി, ട്രെയിൻ ടിക്കറ്റ് പരിശോധകനെ കബളിപ്പിച്ച കഥ കേട്ടതാണ്, മാജിക്കിനോട് അഭിനിവേശം തോന്നാൻ കാരണം. പയ്യന്നൂ രിലെ പത്മരാജൻ എന്ന മജീഷ്യനിൽനിന്നും വിദ്യകൾ പഠിച്ചു. നീലേശ്വ രത്തെ സുധീർ മാടക്കാത്തുമായി ചേർന്ന് പരിപാടികൾ അവതരിപ്പിച്ചു. പത്തോളം പേരടങ്ങുന്ന ട്രൂപ്പുവരെയുണ്ടായി ഒരുകാലത്ത്. വാഴക്കു ന്നത്തിനെപോലെ പരിശോധനയ്ക്കിടയിൽ, ടിക്കറ്റ് വലിച്ചുകീറിയെറിഞ്ഞ് യാത്രക്കാരെ സ്തബ്ധരാക്കുന്ന തരം വിസ്മയങ്ങളും കാട്ടി. കൃഷ് ണനെന്ന വേറിട്ട ടി ടി ആറിനെ - മജീഷ്യൻ ടി ടി ആറിനെ- അക്കാ ലത്ത് പത്രങ്ങൾ ഒന്നാം പേജിൽ ആഘോഷിച്ചു.

ചക്കരക്കല്ലിലും കണ്ണൂർ കലക്ടറേറ്റ് മൈതാനിയിലും ഫയർ എസ്കേപ്പ് മാന്ത്രിക വിദ്യയും അവതരിപ്പിച്ചു. ഇരുമ്പു ചങ്ങലയിൽ പൂട്ടി ട്രെയിനിന് മുന്നിലേക്കിട്ട്, രക്ഷപ്പെടുന്ന വിദ്യ അവതരിപ്പിക്കാനുള്ള ആത്മവിശ്വാസമുണ്ട് അദ്ദേഹത്തിന്; പക്ഷേ, റയിൽവേയിൽനിന്നും; ഇപ്പോൾ കുടുംബത്തിൽനിന്നും സമ്മതം കിട്ടുന്നില്ലത്രെ. ചെറിയ ട്രങ്ക് പെട്ടിയിൽ മാജിക്കു സാധനങ്ങളുമായെത്തി ഒരുമണിക്കൂർ ബോ ധവല്ക്കരണ മാജിക്കുകൾ കാട്ടുന്ന പരിപാടിയും ഇദ്ദേഹത്തിനുണ്ട്. അനാഥാലയത്തിലും മറ്റും വിസ്മയം പടർത്താൻ അദ്ദേഹം ഈ കഴിവ് ഉപയോഗിക്കുന്നു. വലിയ വിസ്മയമായി തുടരുന്ന അനാഥജീവിതങ്ങളെ ചിരിപ്പിക്കാൻ ചെറിയ വിസ്മയചെപ്പുകൾ മതിയാകും - കൃഷ്ണൻ പറഞ്ഞു.

മുഖ്യപരിശോധകനായി സ്ഥാനക്കയറ്റം കിട്ടിയതിനാൽ, ഇപ്പോൾ

ട്രെയിനിൽ പോകേണ്ടതില്ല. കണ്ണൂർ സ്‌റ്റേഷനിലെ ഓഫീസിലാണദ്ദേഹം. ജോലിത്തിരക്കിനിടയിലും അദ്ദേഹത്തിന് ചില ഫോൺ വിളികൾ വരും. അത് ചിലപ്പോൾ താൻകൊണ്ടുവിട്ടയാളുടെ പരാക്രമം പറയാൻ അനാഥാലയക്കാരുടെ വിളിയാകാം, അല്ലെങ്കിൽ നാട്ടിൽ സുഖമായി എത്തിയെന്നറിയിക്കുന്ന, റയിൽവേ സ്‌റ്റേഷനിൽ കളഞ്ഞുപോയ കുട്ടിയെ കൂട്ടിമടങ്ങിയ അച്ഛനായിരിക്കാം. അതുമല്ലെങ്കിൽ സൗഹൃദം പുതുക്കുന്ന മലേഷ്യക്കാരി ദേവിയായിരിക്കും. ഒന്നുമല്ലെങ്കിൽ, അടുത്തുള്ള റയിൽവേ സ്റ്റേഷനിൽ കണ്ട അനാഥയായ വൃദ്ധയെ എന്തുചെയ്യണമെന്ന് അന്വേഷിക്കുന്ന പൊലീസിന്റെ സംശയങ്ങളെങ്കിലുമായിരിക്കും.

പള്ളിക്കുന്ന് രാധാവിലാസം സ്‌കൂളിനടുത്താണ് ഇപ്പോൾ കൃഷ്ണന്റെ താമസം. അദ്ധ്യാപികയായ റീനയാണ് ഭാര്യ. ദന്തൽ വിദ്യാർത്ഥി ഓഷിൻ, ഫാഷൻ ഡിസൈൻ വിദ്യാർത്ഥി ഹർഷൽ എന്നിവർ മക്കൾ.

സല്യൂട്ട്

ആ കാഴ്ചകൾ ചാനലുകളിലെല്ലാം ലൈവായിരുന്നതിനാൽ, ഇപ്പോഴും ഓർമ്മയിലുണ്ടാകും. താഴ്ന്നുപറക്കുന്ന ഹെലികോപ്റ്ററിൽനിന്ന് ചരടിലൂടെ ഊർന്നിറങ്ങുന്ന എൻ എസ് ജി കമാൻഡോകൾ. കറുത്ത യൂണിഫോമിൽ, മരണം മണം പിടിച്ചുനടന്ന മുംബൈയിലെ താജ് ഹോട്ടലിലേക്കാണ് അവർ ആദ്യം ഇറങ്ങിയത്. 2008 നവംബർ 27ലെ പ്രഭാതത്തിൽ, മുംബൈയിലെ താജ് ഹോട്ടലിലേക്ക് ഊർന്നിറങ്ങിയ കമാൻഡോ സംഘത്തിൽ കണ്ണൂർ അഴീക്കോട് ചാൽ ബീച്ചിലെ പി വി മനേഷുമുണ്ടായിരുന്നു. അൻപതംഗസംഘം ഡൽഹിയിൽനിന്നാണ് വന്നത്. സുഹൃത്തുകൂടിയായ മേജർ സന്ദീപ് ഉണ്ണിക്കൃഷ്ണനായിരുന്നു ടീം ലീഡർ. എട്ടിടത്തായി തമ്പടിച്ച്, പരക്കെ നിറയൊഴിക്കുകയായിരുന്നു ഭീകരസംഘം. താജിൽനിന്നും ഭീകരരെ തുരത്തിയപ്പോഴേക്കും സന്ദീപ് ഉണ്ണിക്കൃഷ്ണൻ വീരമൃത്യു പുല്കി. ആ വേർപാടിന്റെ വേദന താങ്ങി മനേഷും സംഘവും ഒബ്റോയ് ട്രിഡന്റ് ഹോട്ടലിലേക്ക് നീങ്ങി. മുറിയിൽ പതുങ്ങിയ ഭീകരനെ വെടിവച്ചിട്ടതും മറ്റൊരാൾ ഓടിവന്ന് തോക്കിൽ പിടിത്തമിട്ടു. തോക്കുവിട്ടുകൊടുത്ത്, നേരിട്ടുള്ള ഇടി തുടങ്ങി. മൽപ്പിടിത്തത്തിനിടയിൽ അയാളുടെ തോക്ക് പിടച്ചുവാങ്ങി വെടിവയ്ക്കാനായി ആഞ്ഞു. അയാൾ അരയിൽ സൂക്ഷിച്ച ഗ്രനേഡ് എടുത്ത് വലിച്ചെറിഞ്ഞതും ഒരുമിച്ചായിരുന്നു. ഗ്രനേഡ് നിലത്തുവീണാൽ 380 ഡിഗ്രിയിൽ സമീപത്തുള്ളതെല്ലാം ഭസ്മമാക്കും. എന്തുംവരട്ടെ എന്നു കരുതി തലയിലെ ഫൈബർ ഹെൽമെറ്റ് കൊണ്ട്, ഗ്രനേഡ് ഇടിച്ചുതെറിപ്പിച്ചു. ഗ്രനേഡ് പൊട്ടിച്ചിതറി. ഹെൽമെറ്റ് തവിടുപൊടിയായി; പിന്നെയൊന്നും മനേഷിന് ഓർമ്മയില്ല.

ഓപ്പറേഷൻ ബ്ലാക് ടൊർണാഡോ

മരണവും ജീവിതവും വേർപിരിയുന്ന ഏറ്റവും ഏകാന്തമായ നിമിഷം എല്ലാവർക്കും ഉണ്ടാകും. അപ്പോഴെടുക്കുന്ന ധീരമായ തീരുമാനത്താൽ ഒരുപക്ഷേ, നാം ജീവിതത്തിലേക്ക് തിരിച്ചു നടക്കും. അല്ലെങ്കിൽ എന്നെന്നേക്കുമായി മരണത്തിലേക്ക് ആഴ്ന്നിറങ്ങും. 2008 നവംബർ 27 ലെ സന്ധ്യയിൽ, മുംബൈയിലെ ഒബ്റോയ് ട്രിഡന്റ് ഹോട്ടലിൽ ഹവിൽദാർ പി വി മനേഷ് എടുത്ത തീരുമാനമാണ് അദ്ദേഹത്തെ ഈ ഓർമ്മകൾ പങ്കുവയ്ക്കാൻ ബാക്കിയാക്കുന്നത്. 'ഓപ്പറേഷൻ ബ്ലാക് ടൊർണാഡോ' എന്ന് പേരിട്ട ഭീകരവേട്ടയിൽ മനേഷിന്റെ സംഘത്തിന്റെ വലിയ നഷ്ടം മേജർ സന്ദീപ് ഉണ്ണിക്കൃഷ്ണനായിരുന്നു. ഹെൽമെറ്റ് തകർന്ന് നിലത്തുവീണ്, ഓർമ്മ പതിയെ ഇല്ലാതാകുമ്പോൾ താൻ ആരുടെയോ തോളിൽ കിടക്കുകയായിരുന്നു എന്നാണ് മനേഷ് ഓർക്കുന്നത്. ഗ്രനേഡ് വീണുപൊട്ടി ഇടതുതലയോട്ടി അഞ്ചിഞ്ച് അടർന്നു. ശരീരത്തിന്റെ വലതുഭാഗം പാടെ തളർന്നു.

നാല് മാസം മുംബൈയിലെ ആശുപത്രിയിൽ. ഗ്രനേഡിന്റെ മൂന്നു ചീളുകൾ തലയിൽ തറച്ചു. ഇതിൽ രണ്ടെണ്ണം നീക്കി. മൂന്നാമത്തെ ചീള് പുറത്തെടുക്കുന്നത് അപകടമാണെന്ന് ഡോക്ടർമാർ വിധിയെഴുതി. ഓർമ്മ നഷ്ടപ്പെട്ട് ജീവച്ഛവമായാണ് മനേഷ് നാട്ടിലെത്തിയത്. അന്ന് കേരളത്തിലെ മാധ്യമങ്ങളിലെല്ലാം നിറഞ്ഞ വാർത്തയായിരുന്നു അത്. ഭാര്യ ഷിമയെയും മകൻ യദുകൃഷ്ണനെയുംപോലും തിരിച്ചറിയാത്ത നാളുകൾ... അന്ന് ഒരുവയസ്സുമാത്രമുള്ള മകന്റെ ''അച്ഛാ'' എന്ന വിളിപോലും

പി വി മനേഷ്

തിരിച്ചറിയാനായില്ല. നാട്ടിൽനിന്ന് ഒന്നരമാസത്തിന് ശേഷം ഡൽഹിയിലെ ആർമി ആശുപത്രിയിലേക്ക് ചികിത്സ മാറ്റി. അവിടെനിന്ന് ജീവിതം തിരിച്ചുപിടിക്കാൻ തുടങ്ങി. ഒന്നരവർഷത്തെ ഇടതടവില്ലാത്ത ചികിത്സ. എപ്പഴോ മകൻ ''അച്ഛാ...'' എന്നു വിളിച്ച ഓർമ്മയിൽ ആദ്യമായി പ്രതികരിച്ചു. ചുണ്ടുകൾ അനങ്ങി.

മങ്ങിപ്പോയ കാഴ്ചകൾ പതിയെ തിരിച്ചുവന്നു. വലതുവശത്തെ കൈകാലുകൾക്ക് പൂർണ്ണമായും ചലനശേഷി കൈവരിച്ചിട്ടില്ല. അഴിക്കോട്ടെ വീട്ടിൽ വിശ്രമത്തിലുള്ള മനേഷ് ഇപ്പോഴും 122 ടി എ മദ്രാസ് റെജിമെന്റിലെ ഹവീൽദാറാണ്. 2009 ൽ ധീരതയ്ക്കുള്ള ശൗര്യചക്ര അവാർഡ് നല്കി രാഷ്ട്രം ആദരിച്ചു. രാഷ്ട്രപതി ഭവനിൽ വീൽചെയറിലെത്തിയ മനേഷിന് അന്നത്തെ രാഷ്ട്രപതി പ്രതിഭ പാട്ടീലാണ് അവാർഡ് സമ്മാനിച്ചത്.

ബി പോസിറ്റീവ്

വടക്കൻജില്ലകളിലെ കോളേജുകളിലും സ്കൂളുകളിലും മോട്ടിവേഷൻ ക്ലാസെടുക്കാൻ പോകാറുണ്ട് മനേഷിപ്പോൾ. അവിടങ്ങളിൽ തന്റെ അനുഭവം പങ്കുവയ്ക്കുമ്പോൾ, അതിൽനിന്നുകിട്ടുന്ന പ്രതികരണങ്ങളിൽ, സന്തോഷപൂർവ്വം ജീവിക്കുകയാണ് അദ്ദേഹമിപ്പോൾ. ജീവിതത്തെ പോസിറ്റീവായി കാണാനും സമീപിക്കാനും പ്രേരിപ്പിക്കുന്നതാണ് അദ്ദേഹത്തിന്റെ വാക്കുകളെന്ന് കേട്ടവരും സാക്ഷ്യപ്പെടുത്തുന്നു.

പ്രീ ഡിഗ്രി കഴിഞ്ഞ് കായികതാരമാകുകയെന്ന മോഹത്തിന് വളമിട്ടത്, നാട്ടിലെ ചെത്തുതൊഴിലാളിയും കമ്യൂണിസ്റ്റ് പാർട്ടി പ്രാദേശിക നേതാവുമായ ഹരീന്ദ്രനാണ്: മനീഷ് ഓർത്തുപറയുന്നു - അഴീക്കോട് ചാൽബീച്ച് കടപ്പുറത്ത് പുലർച്ചെ അരയോളം തിരയിലാണ് കായികപരിശീലനം. സൈനികനാകണമെന്ന് അക്കാലത്താണ് ആഗ്രഹമുദിച്ചത്. ഗൾഫിലേക്ക് പോകാനുള്ള അവസരവും ഒത്തുവന്നു. ഹരീന്ദ്രേട്ടൻ പറഞ്ഞു, നായായി കുറെ കാലം ജീവിക്കണോ നരിയായി കുറച്ചുകാലം ജീവിക്കണോ? വൈകാതെ, ബോർഡർ റിക്രൂട്ട്മെന്റ് ഓഫീസ് ടെസ്റ്റെഴുതി, സൈനികനാകാൻ ഊട്ടിയിലേക്ക് വണ്ടികയറി. കടുത്ത പരിശീലനവും പരീക്ഷണങ്ങളും. പരിശീലിച്ച് തളർന്നുകഴിഞ്ഞാലും അടുത്തുള്ളയാളെ ചുമന്ന് ഗ്രൗണ്ട് മുഴുവൻ ചുറ്റിയെത്തണം. ഈ പരിശീലനത്തിന്റെ പൊരുൾ മനീഷിന് മനസ്സിലായത്, വർഷങ്ങൾക്കിപ്പുറം, സുഹൃത്ത് തന്നെയും ചുമന്ന് ഒബ്റോയ് ഹോട്ടലിന്റെ രഹസ്യ ഇടനാഴിവഴി ആംബുലൻസ് ലക്ഷ്യമാക്കി ഓടിയപ്പോഴാണ്.

1997 ൽ മദ്രാസ് റെജിമെന്റിന്റെ കീഴിൽ ആദ്യനിയമനം രാജസ്ഥാനിലെ കോട്ടയിലായിരുന്നു. 1998 ൽ ഉത്തരാഖണ്ഡിലെ ഹർസിയനിലേക്ക് മാറ്റി. കാർഗിൽ യുദ്ധസമയത്ത് പട്ടാളക്യാമ്പിലെ പരിശോധകനായി (കൗണ്ടർ ഇൻസെർച്ചിങ് ഓപ്പറേഷൻ) ജമ്മു കശ്മീരിലെത്തി. പാലക്കാട്ടുകാരൻ ജയപ്രസാദ് വെടിയേറ്റ് മരിക്കുന്നത് ഇവിടെയാണ്. കാർ

ഗിലിനുശേഷം അതിർത്തിയിലുടനീളം പാകിസ്ഥാൻ യുദ്ധസമാനമായ ഒരുക്കങ്ങൾ നടത്തുന്നതിനെ ചെറുക്കാൻ രാജ്യം ഓപ്പറേഷൻ പരാക്രം ആവിഷ്കരിച്ചു. ഒരോ ഓപ്പറേഷനും ജീവിതം എത്ര കഠിനവും പ്രയാസവുമേറിയതാണെന്ന യാഥാർത്ഥ്യം പഠിപ്പിച്ചു. ഇക്കാലത്താണ് ഗുജറാത്ത് ഭൂകമ്പവുമുണ്ടാകുന്നത്. കുച്ചിലെ രക്ഷാദൗത്യത്തിലും പങ്കെടുത്തു. എങ്ങും നിലവിളിയും രൂക്ഷദുർഗ്ഗന്ധവും മാത്രം. അന്ന്, കെട്ടിടാവശിഷ്ടങ്ങൾക്കിടയിൽനിന്ന് ആറാംദിവസം ഒരു കുഞ്ഞിനെ ജീവനോടെ രക്ഷിക്കാൻ മനേഷിന്റെ സംഘത്തിന് കഴിഞ്ഞു. 2004 ൽ അസമിലെ ഭൂട്ടാൻ ബോർഡറിലേക്ക് ജോലി മാറി. ഇക്കാലത്താണ് കണ്ണൂർ ഓലയമ്പാടിയിലെ ഷിമയുമായുള്ള വിവാഹം നടക്കുന്നത്. മധുവിധുക്കാഴ്ചകൾ മറയുംമുമ്പേ മണിപ്പൂരിലേക്ക് ഉൾഫ ഭീകരരെ നേരിടാൻ നിയോഗിക്കപ്പെട്ടു. തുടർന്ന് അരുണാചൽപ്രദേശിലെ താവാങ്ങിലും ജോലി ചെയ്തു. സമുദ്രനിരപ്പിൽനിന്ന് പതിനായിരം അടിയോളം ഉയരത്തിലാണ് പട്ടാള ക്യാമ്പ്. ശരിക്കും ശ്വസിക്കാൻ ഓക്സിജൻ കിട്ടാൻതന്നെ പ്രയാസം.

2007 ലാണ് നാഷണൽ സെക്യൂരിറ്റി ഗാർഡി (എൻ എസ് ജി) ലേക്ക് തെരഞ്ഞെടുക്കപ്പെടുന്നത്. യുദ്ധമുഖത്ത് നേരിട്ടെത്തുന്ന കമാൻഡോ സംഘമാണിത്. 'ജീവിക്കുക അല്ലെങ്കിൽ മരിക്കുക' എന്നതാണ് ഈ കമാൻഡോകളുടെ മുദ്രാവാക്യം. ഭീകരരോട് മുഖാമുഖം പോരാടാനുള്ള പരിശീലനമാണ് മുഖ്യം. യുദ്ധമുഖത്ത് തീരുമാനങ്ങൾ സ്വയം ഏറ്റെടുക്കേണ്ടിവരും. മുംബൈ ഒബ്റോയ് ഹോട്ടലിൽ ഭീകരൻ ഗ്രനേഡ് പ്രയോഗിക്കുമ്പോൾ, രണ്ട് സെക്കൻഡിനുള്ളിൽ അത് പൊട്ടിച്ചിതറുംമുമ്പ്, ഫൈബർ ഹെൽമെറ്റ് കൊണ്ട് നേരിടാനുള്ള ആ തീരുമാനമാണ് മനേഷിനെ ജീവിതത്തിലേക്ക് തിരിച്ചുനടത്തിച്ചത്.

ഓപ്പറേഷൻ വിജയ്, രക്ഷക്, അമൻ, ഇഫാസത്ത്, പരാക്രം, ബ്ലാക് ടൊർണാഡോ.... മനേഷ് പങ്കാളികളായ ഓപ്പറേഷൻ ഇങ്ങനെ നീളും. അന്നത്തെ ഭീകരാക്രമണത്തിൽ തലയോട്ടിയുടെ അഞ്ചിഞ്ച് ഭാഗം ഇളകിപ്പോയിരുന്നു. ശരീരം തളർന്നുപോയതിനാൽ, ഓർമ്മകൾക്കും ഇളക്കമുണ്ടായി. ഓർമ്മയിൽനിന്ന് പൂർണ്ണമായും മാഞ്ഞുപോയ ആ ഭാഗങ്ങൾ പിന്നീട് ഭാര്യയും മറ്റു കുടുംബാംഗങ്ങളുമാണ് പൂരിപ്പിച്ചത്.

യുദ്ധമുഖത്ത് മരണമുണ്ടായാൽമാത്രം സൈനികനെ വലിയതോതിൽ വാഴ്ത്തുന്നത് കാണാം. ശരിക്കും ആ വാഴ്ത്തലുകൾ വേണ്ടത്, ഇപ്പോഴും ജോലിചെയ്യുന്ന സൈനികനോടാണ് - മനേഷ് തുടരുന്നു; മൃതദേഹം സൂക്ഷിക്കുന്ന ഫ്രീസർ മൈനസ് നാലുഡിഗ്രിയിലാണ് പ്രവർത്തിക്കുന്നത്. സിയാചിനിൽ സൈനികർ കഴിയുന്നത് മൈനസ് 50 ഡിഗ്രി വരെ തണുപ്പിലാണ്. മരണതുല്യം കഴിയുന്ന ആ ജീവിതങ്ങൾക്കല്ലേ യഥാർത്ഥത്തിൽ ആദരവ് വേണ്ടത്?

കഴിഞ്ഞ നവംബറിലെ മുംബൈ ഭീകരാക്രമണ വാർഷികദിവസമാണ്, പ്രമുഖ നടന്റെ രണ്ടാംവിവാഹം നടന്നത്. അന്നത്തെ മാധ്യമങ്ങളിലെല്ലാം പ്രധാനവാർത്തയായിരുന്നു അത്. മുംബൈ വാർഷികത്തെ

ക്കുറിച്ച് ആർക്കും ഓർമ്മയേയുണ്ടായില്ല - അത്രമാത്രം ചുരുങ്ങിയ ഓർമ്മകൾകൊണ്ടാണ് നാമൊക്കെ ജീവിക്കുന്നത്.

അച്ഛൻ മുകുന്ദനും അമ്മ സരസ്വതിയും അഴീക്കോട്ടെ വീട്ടിൽ മനേഷിനൊപ്പമുണ്ട്. ഭാര്യ ഷിമ ജില്ലാ സൈനികക്ഷേമ ബോർഡിൽ ജോലി ചെയ്യുന്നു.

പായും മൂസ

നല്ല ആരോഗ്യവും ചുറുചുറുക്കും ധനസ്ഥിതിയുമുള്ള ഒരു യുവാവിന് ഇൻഷൂറൻസ് കമ്പനി പോളിസി നിഷേധിക്കുന്നു. കാര്യമെന്താണെന്ന് അറിയാതെ ആശങ്കയിലായ ഇൻഷുറൻസ് ഏജന്റ് ഓഫീസിലെത്തി അന്വേഷിച്ചു. ആ യുവാവ് തീർത്തും അപകടകരമായി ജോലി ചെയ്യുന്നയാളാണ്. അയാൾക്ക് പോളിസി കൊടുത്താൽ തങ്ങളുടെ കച്ചവടം പൂട്ടുമെന്നാണ് ഇൻഷുറൻസ് കമ്പനി പറഞ്ഞത്. ഒടുവിൽ അധിക തുക അടയ്ക്കണമെന്ന വ്യവസ്ഥയിൽ അവർ അയാളെ ഇൻഷൂർ ചെയ്തു.

• യുവാവിന്റെ പേര്: മൂസ ഷെരീഫ് (43)

• അപകടകരമായ ജോലിയുടെ പേര്: കാർ റാലി നാവിഗേറ്റർ അഥവാ കോ ഡ്രൈവർ.

• ചുരുക്കത്തിൽ മൂസ: 10 രാജ്യങ്ങളിലെ 41 രാജ്യാന്തര മത്സരമടക്കം 237 കാർ റാലിയിൽ പങ്കെടുത്തു. ഇതിൽ 71 എണ്ണത്തിലും ഒന്നാംസ്ഥാനത്തെത്തി. ഒരേവർഷം ഇന്ത്യൻ, മലേഷ്യൻ, ഏഷ്യാ സോൺ ചാമ്പ്യൻഷിപ്പിൽ കപ്പടിച്ച് ലിംകാ ബുക്ക് ഓഫ് റെക്കോഡ്സിൽ ഇടം പിടിച്ചു. ഡൽഹിക്കാരൻ ഗൗരവ് ഗിൽ ഡ്രൈവറും മൂസ ഷെരീഫ് കോ ഡ്രൈവറുമായ ടീമാണ് നിലവിലെ ഇന്ത്യൻ കാർ റാലി ചാമ്പ്യന്മാർ. 2011, 2009, 2007 വർഷത്തിലും ഗില്ലിനൊപ്പം മൂസ ഷെരീഫ് ചാമ്പ്യനായി. 2012 ൽ ഐ ആർ സി ചാമ്പ്യൻഷിപ്പിലും '13 ൽ ഇന്ത്യ എസ്‌യുവി വാഹനങ്ങളുടെ മത്സരത്തിലും മൂസയും ഗില്ലും കപ്പടിച്ചു. എട്ടുവർഷമായി കാർ റാലി നാവിഗേറ്റർമാരുടെ ദേശീയ റാങ്കിൽ ഒന്നാംസ്ഥാനത്താണ് പായും മൂസ.

കുമ്പളയിൽനിന്നും പുറപ്പെട്ട ബൈക്ക്

മൂസ ഷെരീഫ്

എട്ടാംവയസ്സിൽ ഉപ്പ കുമ്പള പെർവാഡിലെ സെനുദ്ദീന്റെ സ്കൂട്ടറിലിരിക്കുമ്പോൾ തന്നെ കൊച്ചുമൂസയ്ക്ക് വേഗത പോരാ.. പോരാ... എന്നു തോന്നിയിരുന്നു. അന്ന് കണ്ട അകലങ്ങളിലെ സ്വപ്നം ഇപ്പോഴും തന്നെ മാടിവിളിക്കുന്നുണ്ടെന്ന് ഒരോ റാലിക്കും കാറിൽ കയറുമ്പോൾ മൂസ ഷെരീഫിന് തോന്നും. മംഗളൂരുവിലെ കോളേജ് പഠനകാലത്ത് കുമ്പളയിൽനിന്നും ബൈക്കിലാണ് മൂസ പോകുക. നല്ല സാമ്പത്തിക സ്ഥിതിയുള്ളതിനാൽ വീട്ടുകാരും അവന്റെ ബൈക്കിൽ പോക്കിനെ തടഞ്ഞില്ല. സമയത്ത് കോളേജിലെത്താനാണ് ബൈക്കിൽ പാഞ്ഞതെങ്കിലും, ആ ബൈക്കോട്ടം അവനെ കൊണ്ടെത്തിച്ചത് വലിയൊരു റെയ്സിങ് ലോകത്താണ്. മംഗളൂരുവിലെ പ്രശസ്തമായ കരാവലി ഓട്ടോമോട്ടീവ് സ്പോർട്സ് ക്ലബ്ബിൽ ബൈക്ക് റെയ്സിൽ പങ്കെടുത്തതോടെ, മൂസ ഷെരീഫിന്റെ തലവര മാറിമറിഞ്ഞു. 1993 മുതൽ 1995 വരെ മുപ്പതിലധികം ബൈക്ക് റാലികളിൽ അദ്ദേഹം പങ്കെടുത്തു. 1995 ലാണ് ബൈക്കിൽനിന്നും എന്നെന്നേക്കുമായി ഇറങ്ങി കാറോട്ടം തുടങ്ങുന്നത്. തന്റെ അഭിരുചിയും അഭിനിവേശവും തിരിച്ചറിഞ്ഞ മൂസ ഷെരീഫ് അന്ന് തുടങ്ങിയ ഓട്ടം ഇപ്പോഴും തുടരുന്നു; കാറോട്ടക്കാരനായി, കാറോട്ടക്കാരുടെ വഴികാട്ടിയായി.

നാവിഗേറ്റർ എന്ന കോ ഡ്രൈവർ

ഇന്ത്യൻ കാർ റാലി സർക്യൂട്ടിൽ അറുപതിലേറെ കാറോട്ടക്കാരുടെ നാവിഗേറ്റർ അഥവാ കോ ഡ്രൈവർ ആണ് ഇപ്പോൾ മൂസ ഷെരീഫ്; ഒന്നാം റാങ്കുകാരൻ. നിലംതൊടാതുള്ള കാറോട്ടത്തിൽ ഡ്രൈവറുടെ ഇടതുവശത്ത് സദാ മന്ത്രിച്ചുകൊണ്ട് നാവിഗേറ്ററുണ്ടാകും. മുന്നിൽ ഒരു വളവുണ്ട്... ഇനിയൊരു ഇറക്കമാണ്... അടുത്ത ഹമ്പ് ശ്രദ്ധിക്കുക... തുടങ്ങിയ നിർദ്ദേശങ്ങളുമായി.

മീറ്റ് നിശ്ചയിച്ചാൽ, രണ്ടാഴ്ച മുമ്പേ നാവിഗേറ്റർ സ്ഥലത്തെത്തണം. കാർ പായുന്ന പാതയും അതിന്റെ മണ്ണിന്റെ ഘടനയുംവരെ നാവിഗേറ്റർ ആദ്യം നോട്ടുപുസ്തകത്തിലും പിന്നീട് മനസ്സിലും കുറിച്ചുവക്കണമെന്നാണ് മൂസ ഷെരീഫ് പറയുന്നത്. വേഗത മാത്രം മുന്നിലുള്ള കാറി

ന്റെ ഹോട്ട് സീറ്റിൽ കൂടുതൽ സംസാരത്തിന് വകുപ്പില്ല, വിശദീകരണത്തിന് നേരവുമില്ല. 150 മുതൽ 300 കിലോമീറ്റർ വരെ സ്പീഡിൽ പായുന്ന കാറിന്നകത്തിരുന്ന് കോഡുകളിലൂടെയാണ് ഇന്റകോമിലൂടെ ഡ്രൈവർക്ക് നിർദ്ദേശം നല്കുന്നത്. നൂറുപേജിലധികം വരുന്ന സ്റ്റോറി ബോർഡ് കൈവശമുണ്ടാകും. സംഗീതം പഠിക്കുമ്പോൾ നോട്ടുകൾ കുറിച്ചിടും പോലെ വരയും കുറിയും അതിലുണ്ടാകും. കീഴടക്കുന്ന ദൂരത്തിന്റെ അഴകളവുകളാണത്. നാവിഗേഷനും കാറോട്ടവും സംബന്ധിച്ച പുതിയ പാഠങ്ങൾ യുവ റേയ്സർമാർക്ക് കൈമാറാനുള്ള ക്ലാസുകളിലും മൂസ ഷെരീഫ് സജീവമാണ്. ഡൽഹിയിലും ബംഗളൂരുവിലും റേസിങ് അക്കാദമികളിൽ ഇദ്ദേഹം സ്ഥിരം ക്ലാസെടുക്കുന്നു.

"നിങ്ങളൊരു കാറോട്ടക്കാരനാണെങ്കിൽ, ഒരുകാലത്ത് ഡ്രൈവിങ് സീറ്റിൽനിന്നും ഇറങ്ങേണ്ടി വരുമെന്ന് ഉറപ്പാണ്. ഫോം നഷ്ടമായാൽ റേയ്സർക്ക് റോഡിലെയും സ്റ്റേഡിയത്തിലെയും ആരവങ്ങൾ എന്നെന്നേക്കുമായി നഷ്ടമാകും. അതുണ്ടാകാതിരിക്കാനാണ്, ഞാൻ നാവിഗേറ്ററായി സ്വയം മാറിയത്. കാർ റാലിയിലെ ആരവങ്ങൾ എപ്പോഴും എന്നോടുകൂടിയുണ്ടാകുന്നത് അതുകൊണ്ടാണ്"- ഗൗരവ് ഗില്ലിനൊപ്പമുള്ള നാവിഗേഷൻ യൂ ട്യൂബിൽ കാണിച്ചുകൊണ്ട് മൂസ ഷെരീഫ് പറഞ്ഞു.

മൂന്നൂറിലധികം കപ്പും പിന്നെ പണവും...

പത്തുവർഷത്തോളമായി ഇന്ത്യയിലെ കാർ റാലിയിൽ ഏറെ തിരക്കുള്ള നാവിഗേറ്റാണ് മൂസ ഷെരീഫ്. അതിന്റെ തിളക്കം കാണാം, കുമ്പള പെർവാഡിലെ അദ്ദേഹത്തിന്റെ വീട്ടിൽ. 1993 ൽ തുടങ്ങിയ ഓട്ടപ്പാച്ചിൽ ഇവിടെയെത്തിയപ്പോൾ കിട്ടിയത് മുന്നൂറിലധികം സ്വർണ്ണക്കപ്പുകൾ. പകുതിയലധികവും വീട്ടിലെ സ്വീകരണമുറിയിൽ കെട്ടുപൊട്ടിക്കാതെ കൂട്ടിയിട്ടിരിക്കുന്നു. കപ്പിനൊപ്പം മികച്ച കാഷ് പ്രൈസും കൂടെപ്പോരുന്നുണ്ടെന്ന് മാത്രം പുഞ്ചിരിയോടെ സമ്മതിക്കും അദ്ദേഹം.

ഗൗരവ് ഗില്ലുമായുള്ള കൂട്ടുകെട്ടിലാണ് നാലുതവണയും ദേശീയ ചാമ്പ്യനായത്. അറുപതിലധികം റാലിയിൽ ഗില്ലിനൊപ്പം പാഞ്ഞു. ഇതൊരു ലക്കി കമ്പനിയാണെന്ന് അദ്ദേഹം പറയും. ഗോവയിൽ 2015 ലെ ദേശീയ കാർ റാലിയിലും ഈ കൂട്ടുകെട്ട് തന്നെ മത്സരിക്കാനിറങ്ങും. ഏറെ ചിലവുള്ള ഈ കായികയിനത്തിന് സ്പോൺസർമാരുടെ കനിവാണ് ഏറെ പ്രധാനം. പേരെടുത്ത റേയ്സറായാൽ പിന്നെ കമ്പനികൾ പിടിവലിയാകും. ജെ കെ ടയറാണ് മൂസ ഷെരീഫിന്റെ ആദ്യകാല സ്പോൺസർ. 2001 മുതൽ എം ആർ എഫ് ഏറ്റെടുത്തു. കഴിഞ്ഞ രണ്ടു വർഷമായി മഹീന്ദ്രയും എം ആർ എഫും സംയുക്തമായി മൂസ ഷെരീഫിനെ സ്പോൺസർ ചെയ്യുന്നു.

സാധാരണ വാഹനത്തിന്റെ നിരവധി മടങ്ങ് ശേഷിയുള്ള ഷേക്ക് അബ്സോർബർ സംവിധാനമുള്ള റേസിങ് കാർ, ട്രക്കിലും മറ്റുമാണ് സ്പോൺസർമാർ റാലി കേന്ദ്രത്തിലെത്തിക്കുന്നത്. റേയ്സർമാർ

പിന്നാലെ വിമാനത്തിലും മറ്റും വരും. അഞ്ചുമുതൽ പത്തുവരെ റൗണ്ടിലാണ് ഇന്ത്യയിലെ സാധാരണ കാർ റാലി. 2014 ൽ ഗൗരവ് ഗിൽ-മൂസ ഷെരീഫ് ടീം ചാമ്പ്യൻഷിപ്പ് നേടിയ ദേശീയ കാർ റാലി കോയമ്പത്തൂർ, ചെന്നൈ, കൊല്ക്കത്ത, ബംഗളൂരു, ചിക്ക്മംഗളൂരു എന്നിങ്ങനെ അഞ്ചുറൗണ്ടായാണ് നടന്നത്. "ഓരോ റേയ്സും 500 മുതൽ 2000 കിലോമീറ്റർ വരെ കാണും. പലപ്പോഴും ടാറിങ് ഇല്ലാത്ത റോഡിലൂടെയും പായേണ്ടി വരും. ബക്കറ്റ് മാതൃകയിലുള്ള സീറ്റിൽ പല ക്ലിപ്പുകളിൽ ബന്ധിപ്പിച്ച സീറ്റ്ബെൽറ്റിട്ടാണ് ഇരിക്കുന്നത്. തലയിൽ ഹെൽമറ്റുണ്ടാകും. എത്രവലിയ സ്പീഡിൽ ഓടിച്ചാലും അപകടമുണ്ടായാൽ പരിക്ക് പറ്റില്ലെന്ന ഉറച്ച ബോദ്ധ്യത്തിൽ തന്നെയാണ് വേഗത്തിനൊപ്പം റേയ്സർമാർ കുതിക്കുന്നത്"- പേടിയില്ലേ എന്ന ചോദ്യത്തിന് മൂസ ഷെരീഫിന്റെ മറുപടി ഇങ്ങനെ.

എങ്കിലും രണ്ടുതവണ കാറപകടം പറ്റി നടുങ്ങിപ്പോയിട്ടുണ്ട് ഇദ്ദേഹം. 2005 ൽ പ്രസന്ന എന്ന റേയ്സറോടൊപ്പം ബംഗളൂരിൽ കാറോടിച്ചു. 200 കിലോമീറ്റർ സ്പീഡിൽ കാർ മരത്തിലിടിച്ച് തകർന്നു. പ്രസന്ന നട്ടെല്ലിന് പരിക്കേറ്റ് എട്ടുമാസം കിടപ്പിലായി. ഇപ്പോൾ കാറോട്ടം തന്നെ ഉപേക്ഷിച്ച് വിശ്രമജീവിതത്തിലാണ് അദ്ദേഹം. മൂസ ഷെരീഫിന് കാര്യമായി പരിക്കേറ്റില്ല. പിന്നിടൊരിക്കൽ ഗൗരവ് ഗില്ലിനൊപ്പം കേരളത്തിലും അപകടമുണ്ടായി. ഇടുക്കി ഭൂതത്താൻകെട്ടിലെ വളവിൽ വീൽബേയ്സ് പൊട്ടി കാർ മറിഞ്ഞു. അന്ന് ഗില്ലിന് അല്പം പരിക്കേറ്റു. "നല്ല സുരക്ഷാസംവിധാനമെടുത്താണ് ഞങ്ങൾ റേയ്സിനിറങ്ങുന്നത്. അപകടം വരില്ലെന്നുറപ്പിച്ച് തന്നെയാണ് പാച്ചിൽ. നമ്മുടെ സാധാരണ റോഡിൽ അപകടമില്ലാതെ തിരിച്ചെത്താം എന്ന് നമുക്കുറപ്പുണ്ടോ?" - മൂസാ ഷെരീഫ് ചോദിച്ചു.

മോട്ടോർ സ്പോർട്സ് സംഘടിപ്പിക്കുന്ന ഇന്ത്യൻ മോട്ടോർ സ്പോർട്സ് ക്ലബ്ബ് (ഐ എം എസ് സി) എന്ന സംഘടനയുടെ പ്രസിഡന്റാണ് മൂസാ ഷെരീഫ് ഇപ്പോൾ. ഇരുപതിലധികം ബൈക്ക്, കാർ റേയ്സുകൾ ഈ സംഘടന നടത്തി. അരുണാചൽ പ്രദേശിൽ സർക്കാർ നേരിട്ട് നടത്തുന്ന കാർ റാലിയുടെ മുഖ്യസംഘാടകൻ മൂസ ഷെരീഫാണ്. അതിനായി ആറിന് അരുണാചലിലേക്ക് പോകും. അതുകഴിഞ്ഞ് അടുത്തമാസത്തോടെ ഗോവയിലെ ദേശീയ ചാമ്പ്യൻഷിപ്പിനുള്ള ഒരുക്കത്തിലേക്കും.

ജീവിതത്തിലെ ഈ വേഗമൊന്നും കുടുംബത്തിനകത്തില്ലെന്നാണ് മൂസാ ഷെരീഫ് പറയുന്നത്. തന്റെയൊരു കാറോട്ടവും വീട്ടുകാർ കണ്ടിട്ടില്ല. 'കാർ പ്രാന്തനെന്ന' പേരിൽ പെണ്ണ് കിട്ടാൻപോലും ഏറെ വിഷമിച്ചതായി മൂസ ഷെരീഫ് ചിരിയോടെ ഓർക്കുന്നു. അതുകൊണ്ടാകണം, ഭാര്യ സഫീനയ്ക്ക്, തന്റെ കാറോട്ട ചിത്രം മാത്രമേ അദ്ദേഹം ഇതുവരെ കാണിച്ചിട്ടുള്ളൂ. മക്കൾ സൈനുൽ സിലയും മുഹമ്മദ് ഫലയും സമാ ഫാത്തിമയും ഉപ്പയുടെ പ്രാന്തിനെ സ്നേഹിക്കുന്നുണ്ടാകണം എന്ന ഊഹമേ അദ്ദേഹം ഇപ്പോഴും പങ്കുവയ്ക്കുന്നുള്ളൂ.

കുതിക്കാനിനിയൊരു സ്വപ്നമുണ്ട്

ആസ്ത്രേലിയ, ജപ്പാൻ, ചൈന, മലേഷ്യ, തായ്‌ലന്റ്, കമ്പോഡിയ, ലാവോസ്, ഭൂട്ടാൻ എന്നിവിടങ്ങളിലെ പ്രശസ്തമായ ട്രാക്കുകളിൽ കാറോടിച്ച മൂസ ഷെരീഫിന് ഇനിയൊരു സ്വപ്നമുണ്ട്. അർജന്റീനയിലും ചിലിയിലുമായി 15 ദീവസം നീളുന്ന ഡാക്കർ റാലിയിൽ പങ്കെടുക്കണമെന്ന സ്വപ്നം. ഒരു മത്സരത്തിന് മാത്രം ഒന്നരക്കോടി ചെലവുള്ള മീറ്റാണിത്. കുമ്പളയിലെ പെർവാടെന്ന കുഗ്രാമത്തിൽ നിന്നുള്ള കുതിപ്പിന് അത്രവലിയ സ്വപ്നം കാണാനുള്ള അവകാശമുണ്ടെന്ന് സ്വന്തം ജീവിതം കാട്ടി മൂസ ഷെരീഫ് പറയും.

കാഞ്ചൻഗംഗ: പത്തേക്കർ ഇൻസ്റ്റലേഷൻ

അദ്ദേഹത്തിന്റെ വരകൾ പോലെ ഗഹനമോ, സങ്കീർണ്ണമോ ആയിരുന്നില്ല ആ ഭാഷണം. നിറഞ്ഞ നിറങ്ങൾ തൂകുംപോലെ അദ്ദേഹം രസകരമായി ആ അനുഭവം പങ്കുവച്ചു: ബംഗളൂരിലെ ട്രാഫിക് ബോധവല്ക്കരണത്തിനായി പ്രദർശിപ്പിക്കുന്ന ചിത്രങ്ങളിലേക്കാണ്, പുണിഞ്ചിത്തായയുടെ സൃഷ്ടി സംഘാടകർ ആവശ്യപ്പെട്ടത്. റോഡപകടത്തിൽ പെടുന്ന ഒരാളുടെ മസ്തിഷ്കത്തിൽ സംഭവിക്കുന്ന മലരുകളും ചുഴികളും അനുഭവഭേദ്യമാക്കുന്ന *ഏകാഗ്രത* എന്ന ചിത്രം ആ പ്രദർശനത്തിന് പുണിഞ്ചിത്തായ അയച്ചുകൊടുത്തു. ഒരാഴ്ച കഴിഞ്ഞപ്പോൾ ബംഗളൂരുവിൽ നിന്നും ഒരു സന്ദേശം- താങ്കളുടെ ചിത്രം മഴ നനഞ്ഞുപോയി. എങ്ങനെയാണ് അതിനെ ശരിയായി ഉണക്കിയെടുക്കേണ്ടതെന്ന് അറിയില്ല! സഹായിച്ചാലും. തന്റെ സൃഷ്ടി തന്റെ തന്നെ ജീവനാണെന്ന തികഞ്ഞ ബോദ്ധ്യമുള്ള പുണിഞ്ചിത്തായ ബംഗളൂരുവിലേക്ക് ഉടൻ വണ്ടി കയറി. ചിത്രം കണ്ടപ്പോഴാണ്, മഴ നനയലിന്റെ യാഥാർത്ഥ്യം മനസ്സിലായത്. തന്റെ പ്രത്യേകരീതിയിലുള്ള ചിത്രരീതി കണ്ട് സംഘാടകർ തെറ്റിദ്ധരിച്ചുപോയതാണ്. ഫോട്ടോഗ്രാഫിക് ചിത്രങ്ങൾ മാത്രം ആസ്വദിച്ച് ശീലമുള്ള ബംഗളൂരിലെ സംഘാടകർ; ജലച്ചായചിത്രത്തിന്റെ ഉൾപ്പിരിവുകൾ കണ്ട് വിരണ്ടുപോയത് ഓർത്ത് ഇന്നും ചിരിച്ചുപോകും പുണിഞ്ചിത്തായ.

എൺപതുകളിൽ നടന്ന ഈ സംഭവം പുണിഞ്ചിത്തായ നമ്മെ ഓർമ്മിപ്പിക്കുന്നത്, തന്റെ ചിത്രത്തിന്റെ മേന്മ വാഴ്ത്താനല്ല. കലയുടെ ആസ്വാദനത്തിൽ ശരിയായ തിരുത്തൽ വരുത്തേണ്ടതിന്റെ പ്രാധാന്യം ഓർമ്മിപ്പിക്കാനാണ്. അതിനായി കാസർകോട് കാറഡുക്കയിലെ പുണ്ടൂർ ശങ്കരനാരായണ പുണിഞ്ചിത്ത എന്ന ചിത്രകാരൻ ഇത്രകാലം എന്തു

പി എസ് പുണിഞ്ചിത്തായ

ചെയ്തു എന്ന ഉത്തരമാണ് ഈ എഴുത്തും പിന്നെ വലിയ വലിയ വരകളും.

പ്രകൃതി വലിയൊരു കലാസൃഷ്ടിയാണെന്ന് എല്ലാവരും പറഞ്ഞു പഴയതായ ഒരുചൊല്ലാണ്. അങ്ങനെ പറയുന്നവർപോലും ആ കലാ സൃഷ്ടിയിൽ എന്നും കരിയോയിലൊഴിച്ച് വികൃതമാക്കിയിട്ടേയുള്ളൂ. എന്നാൽ പ്രകൃതിയെന്ന കലാസൃഷ്ടിയെ വലിയൊരു കാൻവാസിലേക്ക് മൊഴിമാറ്റി, കാണാനും ആസ്വാദിക്കാനും നമ്മളെക്കൂടി ക്ഷണിക്കു കയാണ് ഇവിടെ. പത്തേക്കർ വിസ്തൃതിയുള്ള ഈ ഇൻസ്റ്റലേഷന്റെ പേര് കാഞ്ചൻ ഗംഗ. ചിത്രകാരൻ: പി എസ് പുണിഞ്ചിത്തായ (73). വിലാസം: കാഞ്ചൻ ഗംഗ, ആർട്ടിസ്റ്റ് ഹെവൻ കലാഗ്രാമം, കാറഡുക്ക, കാസർകോട്. ടൂറിസം വകുപ്പിന്റെ ഭൂപടത്തിൽ പേരുള്ള ഈ കലാഗ്രാ മത്തിൽ എത്തി വരയ്ക്കാനും പുണിഞ്ചിത്തായയെ അറിയാനും പാരീ സിലെ സായ്പ് മുതൽ കാസർകോട് ഗവ. കോളേജിലെ മലയാളം സാഹിത്യ വിദ്യാർത്ഥി വരെയുള്ളവർ നിരന്തരം എത്തുന്നുണ്ട്. അവർ ക്കൊപ്പം ഈ പത്തേക്കർ കാൻവാസ് കാണാൻ നമുക്കും ചെല്ലാം.

കാഞ്ചൻഗംഗ

മാവും പിലാവും പുളിയും കരിമ്പും; തെങ്ങും ഫലം തിങ്ങുമിളം കവുങ്ങും... എന്ന കവിവാക്യത്തെ അന്വർത്ഥമാക്കുന്ന ജൈവഗ്രാമമാണ് സ്വർണ്ണനദിയെന്ന് അർത്ഥമുള്ള കാഞ്ചൻഗംഗ എന്ന ഗ്രാമീണ കലാ ഗ്രാമം. പി എസ് പുണിഞ്ചിത്തായ വരച്ചിട്ട മറ്റൊരു ജലച്ചായ ചിത്രം.

തികഞ്ഞ കർഷകൻ കൂടിയായ പുണിഞ്ചിത്തായായ്ക്ക് കുടുംബവഴിയിൽ കിട്ടിയ സ്വത്തിൽ ഒരുക്കിയ മനോഹര ഇൻസ്റ്റലേഷൻ. 20 ലക്ഷം ലിറ്റർ ഉൾക്കൊള്ളുന്ന കൂറ്റൻ മഴവെള്ളസംഭരണി ഏറ്റവും മുകൾ ഭാഗത്ത്. താഴ്വാരത്ത് അറുപതിലേറെ കാർഷിക വിളകൾ നിറഞ്ഞ് വിലസുന്ന തോട്ടം. ഇടയ്ക്ക് ജലധാരായന്ത്രത്തിൽനിന്നും വീഴുന്ന മഴത്തുള്ളികളിൽ പ്രതിഫലിക്കുന്ന മഴവില്ല്. താഴ്വാരത്ത്, പുണിഞ്ചിത്തായയുടെ പ്രശസ്തമായ 'വെള്ളച്ചാട്ടം' ജലച്ചായ ചിത്രത്തെ ഓർമ്മിപ്പിക്കുന്ന ചാമുണ്ഡി വെള്ളച്ചാട്ടം. വീടിനരികിൽ ശില്പ - ചിത്ര സൃഷ്ടികൾ നടത്താനുള്ള പണിപ്പുര, ഇടയ്ക്ക് വിശ്രമിക്കാനും സംവദിക്കാനും ആട്ടുകട്ടിൽ തൂക്കിയിട്ട പൂമുഖം, ചുമരിലും നിലത്തുമായി വിരിച്ചിട്ട കൗതുകങ്ങളുടെ പുരാവസ്തുക്കൾ, അതിൽ 80 വർഷം മുമ്പുവരെ വീട്ടുകാർ ഉപയോഗിച്ച കാളവണ്ടിയുടെ ചക്രവും കുടമണിയും തൂക്കിയിട്ടിട്ടുണ്ട്. കാളവണ്ടിയിൽ തൂക്കിയിട്ടിരുന്ന പഴയ ഹരിക്കേയിൻ ലാമ്പ് അന്ന് നടന്നു തീർത്ത ഇടവഴികളെ ഓർമ്മിപ്പിക്കുന്നു. മുറ്റത്ത് പരക്കെ വെയിലുകായാൻ വിടർത്തിയിട്ട കാർഷിക വിഭവങ്ങൾ. അടയ്ക്കയും ജാതിക്കയും ഗ്രാമ്പൂവും; പുണിഞ്ചിത്തായയുടെ മറ്റൊരു പ്രശസ്ത ചിത്രമായ 'സ്റ്റിൽ ലൈഫിനെ' ഓർമ്മിപ്പിക്കും അത്...

1991 ൽ ആരംഭിച്ച കാഞ്ചൻഗംഗ കലാഗ്രാമം ഒറ്റനോട്ടത്തിൽ ഇത്രയുമാണ്. ആസ്വാദനത്തിന്റെ പുതിയ തലങ്ങൾ നിനവിൽ വന്നാൽ പിന്നെയും പിന്നെയും നിർവ്വചനം സാദ്ധ്യമാകുന്ന മോഡേൺ ഇൻസ്റ്റലേഷനാകുന്നു കാഞ്ചൻഗംഗ കലാഗ്രാമം.

വരകൾ... വർണ്ണങ്ങൾ

ചിത്രരചനാ സങ്കേതത്തിൽ പുതിയ ഭാവുകത്വം പകർന്ന ആദ്യകാല പഥികരിൽ പ്രമുഖനാണ് പുണിഞ്ചിത്തായ. മഴയിലും മഞ്ഞിലും വേനലിലും വ്യത്യസ്ത വേഷങ്ങൾ ചാർത്തുന്ന കേരളീയ പ്രകതിദൃശ്യമാണ് അദ്ദേഹത്തെ എന്നും വരയ്ക്കാൻ പ്രേരിപ്പിക്കുന്നത്. പ്രശസ്ത ചിത്രങ്ങളായ വെള്ളച്ചാട്ടം, മഞ്ഞുവീണ പ്രഭാതം, നേന്ത്രാവാഴത്തോട്ടം എന്നിവയ്ക്കൊക്കെ പശ്ചാത്തലമായത് പുണിഞ്ചിത്തായയുടെ വീടും തൊടിയുമാണ്. ബാഹ്യവും ആന്തരികവുമായ മോഹിപ്പിക്കുന്ന പ്രത്യക്ഷതയാണ് അദ്ദേഹത്തിന്റെ വരകൾ. ജലച്ചായമാണ് പ്രധാന മാധ്യമം. നിറങ്ങളും കാൻവാസും എടുത്തുകൊണ്ടുപോയി പ്രത്യേക സ്ഥലത്തിരുന്ന് പ്രകൃതിയെ നോക്കി വരയ്ക്കുന്ന രചനാരീതി സജീവമാക്കിയത് പുണിഞ്ചിത്തായയാണ്. പ്രകൃതിയുടെ പരിച്ഛേദത്തെ ഭാവനയിൽകണ്ട് സ്റ്റുഡിയോയിലിരുന്ന് വരക്കുന്ന രീതിയും പുണിഞ്ചിത്തായയ്ക്കുണ്ട്. ഈ രണ്ടു രീതിയും കാഞ്ചൻഗംഗയിൽ സാദ്ധ്യമാക്കാം. പ്രകൃതിദൃശ്യങ്ങളെ അതേപടി പകർത്തുന്ന കേവല വർണ്ണചിത്രങ്ങളല്ല അദ്ദേഹത്തിന്റേത്. ഏറക്കുറെ അമൂർത്തമാണത്. ഒറ്റനോട്ടത്തിൽ ചിത്രങ്ങളിൽ കുറെ ചായത്തേപ്പുകൾ മാത്രം കാണും. സൂഷ്മനിരീക്ഷണത്തിൽ രൂപങ്ങളുടെ

സമ്പന്നത ക്രമേണ ബോദ്ധ്യമാവും. സമാഗ്രാസ്വാദനത്തിന്റെ ആഹ്ലാദം പ്രേക്ഷകനിൽ ഉളവാകുന്നത് ക്ഷമയോടെയുള്ള നിരീക്ഷണത്തിലാണ്. കലയുടെ അത്തരം നിരീക്ഷണത്തിനാണ് കാഞ്ചൻഗംഗ നമ്മെ വിളിക്കുന്നത്. വന്നവർ വരയ്ക്കുന്നു. അതേപ്പറ്റി വിവരിക്കുന്നു. വരുന്നവർക്ക് കാണാം; കേൾക്കാം, നിറത്തെ നിറയെ അറിയാം....

തോട്ടം എന്ന സൃഷ്ടി

പ്രൊഫഷണൽ ചിത്രകാരൻ എന്നതിനേക്കാളും പ്രൊഫഷണൽ കൃഷിക്കാരൻ എന്നറിയപ്പെടാനാണ് പുണിഞ്ചിത്തായയ്ക്ക് താല്പര്യം. അതാണ് വീടിനടുത്തുള്ള വെള്ളച്ചാട്ടത്തിനരികത്തിരുന്ന് സംസാരിക്കുമ്പോഴും ഒഴുകിവരുന്ന തേങ്ങയിലേക്ക് അദ്ദേഹത്തിന്റെ ശ്രദ്ധ നീളുന്നത്. ജോലിക്കാർ അശ്രദ്ധമായ കാർഷിക വിഭവങ്ങൾ കൂട്ടിയിടുമ്പോൾ, അതിന്റെ ഇൻസ്റ്റലേഷൻ ശരിയായില്ല എന്നുപറഞ്ഞ് തിരുത്തും അദ്ദേഹം. പത്തേക്കറിലും ജൈവ കൃഷിയാണിവിടെ. അടയ്ക്ക, തേങ്ങ, കൊക്കോ, വനില, റബർ, ജാതിക്ക, ഗ്രാമ്പൂ, ഇഞ്ചി, മഞ്ഞൾ, കൈതച്ചക്ക, പപ്പായ, പേരയ്ക്ക, വിവിധതരം ഔഷധച്ചെടികൾ എന്നിവയാണ് പ്രധാനവിളകൾ. വിപണിക്കനുസരിച്ച് വിളകളോട് ഇഷ്ടാനിഷ്ടം തോന്നുന്ന തരം കൃഷിരീതിയും അദ്ദേഹത്തിനില്ല. കിലോയ്ക്ക് 21,600 രൂപ നിരക്കിൽ മൈസൂരിൽ കൊണ്ടുപോയി പച്ചവാനില വിറ്റ അനുഭവം അദ്ദേഹം പങ്കിട്ടു. “ഇന്നിപ്പോൾ വാനില ചതുർത്ഥിയാണ് കർഷകന്; കൊക്കോയുടെ കാര്യവും ഇതുതന്നെ...” പഴുത്ത കൊക്കോ കായ അടർത്തി തിന്നാൻ തരുമ്പോൾ അദ്ദേഹം പറഞ്ഞു.

വിശാലമായ തോട്ടം നനയ്ക്കാൻ 15 വർഷം മുമ്പുവരെ ഉപയോഗിച്ചിരുന്ന കൂറ്റൻ ഡീസൽ മോട്ടോർ പമ്പുപുരയിലാണ് നമ്മളിപ്പോൾ. അല്പമകലെ വൈദ്യുതി മോട്ടോർ പ്രവർത്തിക്കുന്നുണ്ട്. പഴയ ഡീസൽ യന്ത്രം ഇരുമ്പുവില മോഹിച്ച് കുറെപ്പേർ വിലപേശിയതാണ്. കൊടുത്തില്ല. കൂറ്റൻ ചക്രവും കാട്ടി ഇരുണ്ട പച്ച നിറത്തിൽ അതിന്റെ രാജകീയമായ ഇരിപ്പുകണ്ടില്ലേ? ഇടയ്ക്കിടയ്ക്ക് തുരുമ്പ് വിഴുങ്ങി നമ്മെ അനാദിയായി നോക്കുന്ന ഡീസൽ യന്ത്രം നല്ലൊരു കലാസൃഷ്ടിയല്ലേ? അതിന്റെ പുരാവസ്തുവില ആര് തിട്ടപ്പെടുത്തും? പുണിഞ്ചിത്തായ എന്ന കർഷകൻ അല്ല കലാകാരൻ കന്നഡകലർന്ന മലയാളത്തിൽ നമ്മോട് ചോദിക്കുന്നു.

പുണിഞ്ചിത്തായ

കാസർകോട്നിന്നും സുള്ള്യ റൂട്ടിൽ 20 കിലോമിറ്റർ സഞ്ചരിച്ചാൽ കാറഡുക്ക കാഞ്ചൻഗംഗയിലെത്താം. ഒന്നുഫോണിൽ വിളിച്ചാൽ മാത്രം മതി കലയുടെ ആ ഗ്രാമീണസ്വർഗ്ഗം മലർക്കെ തുറന്നിടും. ആതിഥേയരായ പുണിഞ്ചിത്തായയും ഭാര്യ ഭാരതിയും നിറപുഞ്ചിരിയോടെ നമ്മെ സ്വീകരിക്കും. മകൻ പ്രവീൺകുമാർ ശില്പിയാണ്. മംഗളൂരുവിൽ

താമസമാക്കിയ പ്രവീൺ കാഞ്ചൻഗംഗയിൽ വന്നാണ് ശില്പം തീർക്കുന്നത്. മകൾ വീണയും ചിത്രകാരിയാണ്.

ഇന്ത്യയിലെ പ്രശ്സതമായ നിരവധി സർവ്വകലാശാലകളിൽ വിസിറ്റിങ് ഫാക്കൽറ്റിയായ പുണിഞ്ചിത്തായ മൈസൂരു ചാമരാജ ഫൈൻ ആർട്സ് സ്കൂളിലാണ് ബി എഫ് എ നേടിയത്. പഠിക്കുമ്പോൾത്തന്നെ മുംബൈ ജഹാംഗീർ ആർട്ട് ഗാലറിയിൽ ചിത്രപ്രദർശനം നടത്തി ശ്രദ്ധേയനായി. മുംബൈ നൂതന ജെ ജെ സ്കൂൾ ഓഫ് ആർട്ട്സിൽ നിന്നും ഉന്നതപഠനം പൂർത്തിയാക്കി. കേരള, കർണ്ണാടക, ലളിതകലാ അക്കാദമിയിൽ അംഗമായി പ്രവർത്തിച്ചു. ഇന്ത്യക്കകത്തും പുറത്തും നിരവധി തവണ ഏകാംഗപ്രദർശനം നടത്തി. കേരള, കർണ്ണാടക രാജ്ഭവനുകളിലെ വിരുന്നുമുറിയിലെ പ്രധാനചിത്രം പുണിഞ്ചിത്തായയുടേതാണ്. കേരള, കർണ്ണാടക, ബംഗാൾ, മഹാരാഷ്ട്ര, മദ്ധ്യപ്രദേശ് സർക്കാരുകളുടെ ചിത്രകലാ അവാർഡടക്കം നൂറിലധികം ബഹുമതികൾ അദ്ദേഹത്തെ തേടിയെത്തി. എം എഫ് ഹുസൈനടക്കമുള്ള പ്രതിഭകളുമായുള്ള സഹവാസം പുണിഞ്ചിത്തായയെ തികഞ്ഞ മതേതരവാദിയാക്കി. കാസർകോടൻ അതിർത്തിമണ്ണിലെ സവർണ്ണകുടുംബത്തിൽ പിറന്നിട്ടും കാഞ്ചൻഗംഗ എല്ലാവർക്കുമായി മലർക്കെ തുറന്നിടാൻ കാരണമായത് അദ്ദേഹത്തിന്റെ പുരോഗമന ചിന്തതന്നെ. കാസർകോട്ടെ പുരോഗമന പ്രസ്ഥാനങ്ങളുടെ വേദിയിൽ നിത്യസാന്നിദ്ധ്യമാകുന്നതും അതിനാൽ തന്നെ...

തിരിച്ചിറങ്ങുമ്പോൾ..

എന്നാപ്പിന്നെ കാഞ്ചൻഗംഗയെ അമ്യൂസ്മെന്റ് പാർക്കായി പ്രഖ്യാപിച്ച് പരസ്യം ചെയ്തുകൂടെ എന്ന് മനസ്സിൽ വിചാരിക്കുമ്പോഴാണ് പഴയ ബംഗളൂരുകാരുടെ ചിത്ര ആസ്വാദനത്തിന്റെ കഥ ഓർമ്മ വന്നത്. ഒന്നും പറയാൻ തോന്നിയില്ല. മനസ്സിൽ നിറയെ വർണ്ണങ്ങൾ പൊയ്തിറങ്ങുന്നതിനാലാവാം. ഒന്നും പറയാൻ തോന്നിയില്ല...

കൂടൊരുക്കാം...

ലോകമാകെ വീടുപണിയുന്ന ഒരാൾ എങ്ങനെയുള്ള വീട്ടിലായിരിക്കും പാർക്കുക എന്ന ആലോചനയിൽ തന്നെ നല്ലൊരു കൗതുകമുണ്ട്. ലോകമറിയുന്ന ജനകീയവാസ്തുശില്പി ജി ശങ്കറിന്റെ സ്വന്തം നിർമ്മാണം കാണാൻ പോകുന്നത് അങ്ങനെയാണ്.

വീടൊരുക്കാം ആദ്യം
മണ്ണിരയ്ക്കും തൊട്ടാവാടിക്കും

മുടവൻമുകൾ പറമ്പിൽ ക്ഷേത്രത്തിന് സമീപം; രാവിലെ ഏഴ്: പകൽ മുഴുവൻ വീടിന്റെ രൂപരേഖയുടെ തടവിലായിരിക്കും ജി ശങ്കറെന്ന ആർക്കിടെക്റ്റ്. പ്രഭാതനടത്തത്തിനിടയിൽ, താൻ വാങ്ങിയ മണ്ണിലൂടെ വിശദമായി സംസാരിച്ചുകൊണ്ട് നടക്കാൻ ക്ഷണിച്ചതാകാം എന്ന ആലോചനയോടെയാണ് നാം അദ്ദേഹത്തെ കാണുന്നത്. 300 ഓളം എഞ്ചിനീയർമാർ, മുപ്പതിനായിരത്തോളം തൊഴിലാളികൾ, നാല് രാജ്യാന്തര ശാഖകൾ കൂടാതെ രാജ്യത്ത് 34 ഇടത്ത് ഓഫീസുകൾ, സർവ്വോപരി പത്മശ്രീ ജേതാവ്... എല്ലാമായ ജി ശങ്കർ; കാണുമ്പോൾ തൊഴുത്തിൽ പശുവിനെ തീറ്റുകയാണ്. താൻ പണിയുന്ന പുതിയ വീടിനും മുമ്പേ അദ്ദേഹം തൊഴുത്ത് പണിതു. ആറുപശുക്കൾ അവിടെ പാൽ ചുരത്തുന്നു. തൊട്ടപ്പുറത്ത് പത്ത് ആടുകൾ വെട്ടിയിട്ട തളിരില ചവയ്ക്കുന്നു. ശബ്ദമുണ്ടാക്കി താറാവിൻകൂട്ടം അപ്പുറത്തുള്ള കുളത്തിൽ ഊളിയിട്ടു. ആമ്പൽ നിറഞ്ഞ മറ്റൊരു കുളത്തിൽ മീൻകുഞ്ഞുങ്ങളും അതേസമയം ഊളിയിട്ടു. പ്രഭാതമായി എന്നറിയിച്ച് നിർത്താതെ കൂവുന്ന കോഴിപ്പൂവൻ... ഇളക്കിയിട്ട മണ്ണിൽ പുതിയ സുഗന്ധം വിരിയിച്ച് മണ്ണിര മുതലുള്ള മണ്ണിന്റെ അവകാശികൾ. നാഗവൃക്ഷം മുതൽ തൊട്ടാവാടി വരെ, രുദ്രാക്ഷച്ചെടി മുതൽ കുറുന്തോട്ടി വരെ നട്ടുവളർത്തിയ പറമ്പി

ജി ശങ്കർ

ലാണ് ആർക്കിടെക്ട് ശങ്കർ പുതിയ വീട് പണിയുന്നത്. വീടിന് മുമ്പ് പുരയിടത്തിൽ കാടിനെയും അതിൽ ഭൂമിയുടെ അവകാശികളെയും സൃഷ്ടിക്കുകയാണ് ശങ്കർ. വീട് കാടിൽനിന്ന് തുടങ്ങുന്നു എന്ന ഏറ്റവും അടിസ്ഥാനമായ വാസ്തുസങ്കല്പമാണ് മുടവൻമുകളിൽ അദ്ദേഹം കാട്ടിത്തരുന്നത്. ഈ സ്ഥലം വാങ്ങിയിട്ട് വർഷങ്ങളായെങ്കിലും പട്ടയത്തിലെ നൂലാമാലകൾ അദ്ദേഹത്തെ ഏറെ കുഴക്കി. അതിനു പിറകെ നടക്കുമ്പോൾ തന്നെ സ്ഥലത്ത് അദ്ദേഹം കാട് നിർമ്മിക്കാൻ തുടങ്ങിയിരുന്നു. ഇപ്പോൾ സ്ഥലത്തിന്മേലുള്ള ചുവപ്പുനാട നീങ്ങി. ഇനി അദ്ദേഹം പണിയും മണ്ണുകൊണ്ടൊരു വീട്. എല്ലാവർക്കുമായി വാതിൽ തുറക്കുന്ന പൂവും പൂമ്പാറ്റയും കൂടുകൂട്ടുന്നൊരു ഹരിതഗൃഹം.

ഇനി നേപ്പാളിൽ ഉടയാത്തൊരു മൺവീട്

ഹാബിറ്റാറ്റ് ഹെഡ് ഓഫീസ്, പൂജപ്പുര, വൈകിട്ട് നാല്: പണ്ടൊരു വസ്ത്രനിർമ്മാണ ശാലയുടെ പരസ്യത്തിൽ പറഞ്ഞപോലെ പുറമെ നിന്ന് നോക്കിയാൽ ചെറിയൊരു മൺകെട്ടിടം മാത്രമാണ് ആ ഓഫീസ്. പ്രവേശനകവാടത്തിൽ കൂറ്റനൊരു മരം കെട്ടിടത്തെ വിഴുങ്ങാൻ നില്ക്കുന്ന മാതിരിയുണ്ട്. ചില്ല മാറ്റിവേണം അകത്തേക്ക് പോകാൻ എന്നു തോന്നിക്കും റോഡിൽനിന്ന് നോക്കിയാൽ. അകത്തേക്ക് കയറിയാൽ വിശാലമായ ഓഫീസായി. ചിത്രം വരച്ചിട്ട മൺചുമരിന്റെ കുളിരാണ് ആദ്യം നമ്മെ ആകർഷിക്കുക. ഉള്ളിൽ കയറി താഴോട്ട് നടന്നാൽ ശങ്കറിന്റെ കാബിനായി. അവിടെ പത്തോളം എഞ്ചിനിയറിങ് വിദ്യാർ

ത്ഥികൾ അദ്ദേഹത്തെ കേൾക്കുന്നു. വാസ്തുവിദ്യയിലെ സംശയങ്ങൾ ചോദിക്കുന്നു; കുറിപ്പെടുക്കുന്നു. സംവാദം പോലെ നീളുന്ന ക്ലാസ്. അതു കഴിഞ്ഞാണ് അദ്ദേഹം നമ്മളിലേക്ക് വന്നത്.

ഭൂകമ്പത്തിൽ തകർന്നടിഞ്ഞ നേപ്പാളിനെ പുനർനിർമ്മിക്കാനുള്ള ഐക്യരാഷ്ട്രസഭാ സമിതിയിൽ അംഗമായ അദ്ദേഹം രണ്ടുദിവസം മുമ്പാണ് തലസ്ഥാനത്ത് മടങ്ങിയെത്തിയത്. ജനീവയിൽ നേപ്പാൾ സമിതിയുടെ പ്രാരംഭ യോഗം ചേർന്നു. നേപ്പാളിന് ഏത് രീതിയിലുള്ള നിർമ്മാണമാണ് അഭികാമ്യമെന്ന കാര്യം ശങ്കർ യുഎൻ സമിതിയിൽ വയ്ക്കും. തുടർന്ന് അതിന്റെ നിർമ്മാണജോലികൾ ആരംഭിക്കും. അവിടത്തെ പരിസ്ഥിതിക്ക് അനുയോജ്യമായ തനത് വാസഗൃഹങ്ങളായിരിക്കും അതെന്നത് ഉറപ്പ്.

നേപ്പാളിൽ ലഭ്യമായ കല്ലും മണ്ണും അതേപടി ഉപയോഗിച്ച് വീട് കെട്ടിയതാണ് ദുരന്തത്തിന്റെ ആഘാതം കൂട്ടിയതെന്നാണ് ശങ്കർ പറയുന്നത്. അവിടുത്തെ ഉരുളൻ കല്ലുകൾ (തോടിന്റെ കരയിലും മറ്റുമുള്ള മിനുസമുള്ള ഉരുളൻ കല്ല് പോലുള്ളവ) അതേപടി പൊറുക്കിവച്ച് ചുമര് കെട്ടിപ്പൊക്കുകയായിരുന്നു. ഇത് പെട്ടെന്ന് ഇടിഞ്ഞു വീഴാനിടയാക്കി. കേരളത്തിലും ഇതേ അവസ്ഥയുണ്ടെന്ന് ഓർമ്മിച്ചാണ് അദ്ദേഹം കേരളതീരത്തെ സുനാമി വീടുകളേക്കുറിച്ച് പറയുന്നത്. കടപ്പുറത്തെ വീടുകൾക്ക് അടിത്തറ ഒരുക്കേണ്ടത്, കരപ്രദേശത്തേതുപോലെയല്ല. മണലിൽ ഊട്ടിയുറപ്പിക്കേണ്ട അസ്ഥിവാരത്തിന് അതിന്റേതായ വാസ്തുവിദ്യയുണ്ട്. അത് പരിഗണിക്കാതെ കേവലമായ കെട്ടിട നിർമ്മാണ രീതികൾ കടപ്പുറത്ത് ഉപയോഗിക്കുന്നത് തീർത്തും അശാസ്ത്രീയമാണെന്ന് സുനാമി വീടുകൾ ഉദാഹരിച്ച് അദ്ദേഹം പറയും.

നാടൻ രീതി; നാടൻ വസ്തുക്കൾ

എവിടെപ്പോയാലും നമ്മെ തിരിച്ചുവിളിക്കുന്നതാകണം വീട് എന്നാണ് ശങ്കറിന്റെ പ്രമാണം. അത് സമ്പത്തിന്റെ ദുർമ്മേദസ്സ് കാട്ടാനുള്ള ഇടമല്ല. അത് വായ്പാ ഭാരത്താൽ നിരന്തരം അലട്ടുന്നതോ വിസ്മയിപ്പിക്കുന്നതോ ആകേണ്ട കാര്യമില്ല. അത് ചെലവു കുറയ്ക്കുന്നതും പരിസ്ഥിതി സൗഹൃദവുമാകണം. തദ്ദേശീയമായി കിട്ടുന്ന നാടൻ വിഭവങ്ങൾ ഉപയോഗിച്ചാൽ തന്നെ ചിലവുകുറഞ്ഞ വീടെന്ന സ്വപ്നത്തിന് അടിത്തറയായി. ഊർജ്ജ ഉപഭോഗത്തിന്റെ 60 ശതമാനവും ഇപ്പോൾ സിമന്റിന്റെയും ഇരുമ്പിന്റെയും ഉല്പാദനത്തിനായി കത്തിച്ചുകളയുന്നതാണ്. സിമന്റും ഇരുമ്പും ഗൃഹനിർമ്മാണത്തിനായി ഉപയോഗിക്കാതിരിക്കുമ്പോൾ തന്നെ ഊർജ്ജസംരക്ഷണമെന്ന ബദൽ ആശയം സജീവമാകുകയാണ്. പ്രാദേശികമായി ഇത്രത്തോളം നിർമ്മാണ വസ്തുക്കൾ ലഭിക്കുന്ന ഇടം കേരളം പോലെ മറ്റെങ്ങുമില്ല. വെട്ടുകല്ലും കുമ്മായവും മണ്ണും ഉപയോഗിച്ചാൽത്തന്നെ നിർമ്മാണച്ചിലവ് ഏറെ കുറയുന്നു. ഇവയുപയോഗിച്ചുള്ള കെട്ടിടങ്ങളുടെ ഉറപ്പിന് ഹാബിറ്റാറ്റ് ഗ്രൂപ്പിന്റെ സ്ഥാ

പനങ്ങൾ തന്നെ സാക്ഷ്യം.

വേമ്പനാട്ടുകായലിന്റെ അടിത്തട്ടിൽ 15 അടിയോളം കുമ്മായ നിക്ഷേപമുണ്ടെന്നാണ് കണക്ക്. ഇത് വീടുവെക്കാനും തേക്കാനുമായി ഉപയോഗിച്ചാൽ, പുതിയൊരു തൊഴിൽ മേഖല കൂടി തുറന്നുകിട്ടുമെന്ന് അദ്ദേഹം പറയുന്നു. കുമ്മായ നീറ്റുകേന്ദ്രങ്ങൾ പണ്ട് കുമരകത്തും മറ്റും സജീവമായിരുന്നു. പാവപ്പെട്ടവരുടെ ആ തൊഴിൽമേഖല നിശബ്ദമായിട്ട് കാൽ നൂറ്റാണ്ടോളമായി. പരമ്പരാഗതമായ ആ തൊഴിൽമേഖലയെ തിരിച്ചുപിടിക്കുക എന്നതും ജനകീയ വാസ്തുവിദ്യയുടെ ലക്ഷ്യങ്ങളിലൊന്നാണ്.

നമ്മുടെ കൈക്കു വഴങ്ങുന്ന നമ്മുടെ മണ്ണ് കുഴച്ചെടുത്ത് ചുമരുകൾ പണിയാം. അതിൽ കുമ്മായം പൂശി നിറം കൊടുത്താൽ തിളങ്ങുന്ന ചുമരായി. ടെറാക്കോട്ട പതിച്ച നിലം, രാജസ്ഥാൻ മാർബിളിന് ബദലുമായി. വാതിലും ജനലും സ്റ്റീൽ ഫ്രെയ്മിൽ നിർമ്മിച്ചാൽ നമ്മുടെ വീടിനായി കൊല്ലേണ്ടി വരുന്ന ഒരു മരമെങ്കിലും രക്ഷപ്പെടും. മുളകൊണ്ടുള്ള ഫർണിച്ചറുകളാണ് വീടിനകത്തുള്ളതെങ്കിൽ ഇന്റീരിയൻ ഡിസൈനും കലക്കും. തറയിൽ പാകാനുള്ള മാർബിൾ ഇവിടെയെത്തിക്കാനുള്ള കടത്തുകൂലി, കൊണ്ടുവരുന്ന വാഹനം കത്തിച്ചു കളയുന്ന ഇന്ധനം, അതുണ്ടാക്കുന്ന മലിനീകരണം, എത്താനെടുക്കുന്ന സമയം ഇതെല്ലാം പരിഗണിച്ചാൽ ചിലവു കുറഞ്ഞ പരിസ്ഥിതി സൗഹൃദ വീടുകൾ കാലം നമ്മോട് ആവശ്യപ്പെടുന്നതു തന്നെയാണ്.

ഹാബിറ്റാറ്റ്

എൺപതുകളുടെ അവസാനത്തോടെയാണ് ലാറിബേക്കറുടെ വാസ്തുവിദ്യ പിന്തുടർന്ന്, ചിലവുകുറഞ്ഞ വാസഗേഹങ്ങൾക്ക് മേൽ വിലാസമുണ്ടാക്കാനുള്ള നിതാന്ത പരിശ്രമം ശങ്കർ തുടങ്ങുന്നത്. ചിലവുകുറഞ്ഞ പരിസ്ഥിതി സൗഹൃദ വീടുകൾ എന്ന ഭ്രാന്തൻ ആശയം, ആദ്യം ആരും ഉൾക്കൊണ്ടില്ല. തലസ്ഥാനത്തെ കാനറാ ബാങ്ക് ജീവനക്കാരനായ ഫിലിപ്പ് എന്നയാൾക്കാണ് ആദ്യവീട് ശങ്കർ രൂപകല്പന ചെയ്യുന്നത്. ഹാബിറ്റാറ്റ് പ്രവർത്തനം തുടങ്ങി, അടുത്ത വർഷം 13 വീടുകൾക്ക് രൂപകല്പനയേകി. ഇന്നിത് വർഷം 1500 കടക്കും. 300 ആർക്കിടെക്റ്റുകൾ ഹാബിറ്റാറ്റിൽ നിരന്തരം വരച്ചുകൊണ്ടിരിക്കുന്നു. ലാത്തൂരിലെയും ഭുജിലെയും ഭൂകമ്പം, ഒറീസയിലെ ചുഴലികാറ്റ്, കേരള, തമിഴ്നാട് സുനാമി തുടങ്ങിയ പ്രകൃതിദുരന്തങ്ങളിൽ ഇല്ലാതാക്കിയ ദേശങ്ങളെ പുനർനിർമ്മിച്ചതിൽ മുഖ്യപങ്കുവഹിച്ചത് ഹാബിറ്റാറ്റാണ്. ഫണ്ട് ദുരുപയോഗത്തിനു പുതിയ അവസരമാണ് ഓരോ ദുരന്തവും നിർമ്മാണമേഖലയിൽ ഉണ്ടാക്കുന്നതെങ്കിൽ, പുതിയ വാസ്തുവിദ്യ വിജയകരമായി പരീക്ഷിച്ചുനോക്കാനുള്ള സാദ്ധ്യതകളാണ് ശങ്കറിന് ഒരോ ദുരന്ത ഇടവും.

സുനാമിക്ക് ശേഷം ശ്രീലങ്കയിൽ 95,000 വീടുകൾ ശങ്കറിന്റെ സ്ഥാപനം നിർമ്മിച്ചു നല്കി. ഇതേത്തുടർന്ന് തായ്‌ലന്റ്, ഇന്തോനേഷ്യ,

മാലിദ്വീപ് എന്നിവിടങ്ങളിലെ യു എൻ നിർമ്മാണജോലിയും മേൽനോട്ടവും ശങ്കറിനെ ഏല്പിച്ചു. അതിന്റെ ചുമതലയാണ് ഇപ്പോൾ നേപ്പാൾ വരെ എത്തി നില്ക്കുന്നത്. കോയമ്പത്തൂരിലെ സിരിമുഗെ ഇക്കോ ടൗൺ ഷിപ്പ്, ബംഗളൂരുവിൽ എൽ ഐ സിയുടെ മുതിർന്ന പൗരന്മാരുടെ ആദ്യ ഗ്രാമം, ബംഗ്ലാദേശിലെ 6 ലക്ഷം ചുതുരശ്ര അടിവരുന്ന കൂറ്റൻ മൺ കെട്ടിടം... ശങ്കറിന്റെ നിർമ്മിതിയിലെ അത്ഭുതങ്ങൾ അവസാനിക്കുന്നില്ല.

നല്ലൊരു വായനക്കാരനും സിനിമാ- സംഗീത പ്രേമിയും മികച്ചൊരു സഞ്ചാരിയുമാണ് ശങ്കർ. ഇന്ത്യക്കകത്തും പുറത്തുമുള്ള മിക്ക ചലച്ചിത്രോത്സവങ്ങളിലും ശങ്കർ പങ്കെടുത്തിട്ടുണ്ട്. അൽബേർ കാമു മുതൽ എം മുകുന്ദൻ വരെ അദ്ദേഹത്തിന്റെ വായനയുടെ ലോകവും സജീവമാണ്. കേരള സർവ്വകലാശാലയിൽനിന്നും റാങ്കോടെ ആർടിടെക്ട് ബിരുദം നേടിയ അദ്ദേഹം ബർമിങ്ഹാം ഇൻസ്റ്റിറ്റ്യൂട്ടിൽനിന്നും ഡിസൈനിൽ ഉന്നതപഠനവും പൂർത്തിയാക്കി.

ചെരിഞ്ഞു പോയൊരു മഞ്ഞമുള

സംസാരത്തിനിടയ്ക്ക് പുറത്ത് വീശിയടിച്ച കാറ്റിലാണോ എന്തോ, ഓഫീസിന്റെ പിന്മുറ്റത്ത് നട്ട മഞ്ഞമുള ഒന്ന് മറിഞ്ഞു വീണു. സജീവമായ വർത്തമാനം ഇടയ്ക്ക് നിർത്തി, ശങ്കർ അടയ്ക്കാത്ത ജനലിലൂടെ എത്തിനോക്കി. ഓഫീസിലെ സഹായികളെ കൂട്ടുവിളിച്ച് മുളയെ എഴുന്നേല്പിച്ചു. താങ്ങുകൊടുത്ത് ആകാശത്തേക്ക് ഉയർത്തി. ഓഫീസ് ചുമരിൽ ഒന്ന് തഴുകി പിന്തിരിഞ്ഞെത്തിയ കാറ്റിന് അപ്പോഴും നല്ല മണ്ണു മണം. മുളത്തൈ ശങ്കറിനെ നന്ദിയോടെ നോക്കി. ഈ ലോകത്ത് തന്നെയും മണ്ണെന്ന വാസഗൃഹത്തിലേക്ക് പരിഗണിച്ചതിന്.

സതി: വായിക്കേണ്ട പുസ്തകം

"ശരീരത്തിന്റെ വൈകല്യമല്ല, മനസ്സിന്റെ വൈകല്യമാണ് അസ്സഹനീയം. സ്റ്റീഫൻ ഹോക്കിങ്ങിന് വർഷങ്ങളായി ആകപ്പാടെ പ്രവർത്തനക്ഷമമായി ഉള്ള അവയവങ്ങൾ തലച്ചോറും രണ്ടു വിരലും മാത്രമാണ്. കരയാൻ ആർക്കാണ് കഴിയാത്തത്. ചിരിക്കാൻ അത്ര എളുപ്പമല്ല. ചിരിക്കാൻ കഴിഞ്ഞാൽ രക്ഷയായി"

- സി രാധാകൃഷ്ണൻ സതിക്കയച്ച കത്തിൽനിന്ന്

വലുതല്ലാത്ത മുറിയുടെ മൂലയിലുള്ള കട്ടിലിലാണ് തൃക്കരിപ്പൂർ കൊടക്കാട് പൊള്ളപ്പൊയിലിലെ എം വി സതി (39)യുടെ ജീവിതം. പിടിച്ചുയർത്തിയാൽ അരയിലമർന്ന് ചുമരുതാങ്ങി ചാരിയിരിക്കാനാകും. ആ ഇരിപ്പിൽ എത്രവേണമെങ്കിലും സതി നമ്മോട് സംസാരിക്കും. വായിച്ച പുസ്തകങ്ങളെക്കുറിച്ച് പറയും. അതിലെ കഥാപാത്രങ്ങളെപ്പറ്റി പറയും. കഥാപാത്രങ്ങളെക്കുറിച്ച് വേദാന്തിയായി തർക്കിക്കും. എഴുതിയവരെ കുറിച്ച് പറയും. അവർ തനിക്കെഴുതിയ കുറിപ്പിനെക്കുറിച്ച് വാചാലയാകും...! സതിയുടെ എഴുത്തുകുത്ത് പരിചയത്തിൽ എം ടി മുതൽ ന്യൂജൻ ഫേസ്ബുക്ക് കവികൾ വരെയുണ്ട്. അയ്യായിരത്തിലധികം പുസ്തകം വായിച്ച സതിക്ക്, മുപ്പതിലധികം മലയാള എഴുത്തുകാരുമായി നേരിട്ട് പരിചയവുമുണ്ട്. അങ്ങനൊയൊക്കെ വായിച്ച് വായിച്ചാണ്, കൊടക്കാട്ടെ എം വി സതി, ഒരു പാഠപുസ്തകമായത്. 2008 മുതൽ 2013 വരെ മൂന്നാംക്ലാസ് കേരള മലയാള പാഠാവലിയിൽ പാഠ്യവിഷയമായിരുന്നു അവൾ. 'വായിച്ച്... വായിച്ച്... വേദന മറന്ന്...' എന്ന തലക്കെട്ടോടെ എസ് സി ഇ ആർ ടി സിലബസിൽ ലക്ഷക്കണക്കിന് കുട്ടികൾ അവളുടെ ജീവിതം പഠിച്ച് ഒന്നാം തരക്കാരായി. അവളെ പഠിച്ച കൊച്ചുകൂട്ടുകാരും അദ്ധ്യാപകരും സതിക്ക് കത്തെഴുതി. സതി തിരിച്ചുമെഴുതി. പതിനാ

എം വി സതി

യിരത്തിലധികം കുട്ടികളുടെ കത്തുകൾ ഇപ്പോൾ സതി ഫയൽചെയ്ത് വച്ചിട്ടുണ്ട്. ജില്ല തിരിച്ച് ബൈന്റ് ചെയ്ത് അലമാരയിൽ സൂക്ഷിച്ച ഈ കത്തുകളും കൂടിയാണ് എം വി സതിയെന്ന വായനക്കാരിയെ വൈകല്യമില്ലാത്ത പൂർണ്ണദേഹമാക്കുന്നത്.

ദേഹം തളർന്നു; മനസ്സ് കുതിച്ചു

ജനിച്ചപ്പോൾ തന്നെ അവൾക്ക് പങ്കപ്പാടുകളുണ്ടായിരുന്നു. നടന്നു തുടങ്ങിയപ്പോൾ വീട്ടുകാർക്ക് മനസ്സിലായി, നടത്തമൊന്നും അത്ര ശരിയല്ലെന്ന്. ഇടയ്ക്ക് ഇടറി വീഴുന്നു. കവിയും വിഷചികിത്സകനും അദ്ധ്യാപകനുമായിരുന്നു അച്ഛൻ സിവിക്ക് കൊടക്കാട്, മകളെയുമെടുത്ത് ആശുപത്രികൾ കയറിയിറങ്ങി. മണിപ്പാൽ, മംഗളൂരു ആശുപത്രികളിൽ ചികിത്സിച്ചെങ്കിലും, അവൾ തളർന്നവൾ തന്നെയെന്ന് ഡോക്ടർമാർ വിധിയെഴുതി. 'സ്പൈനൽ മസ്കുലർ അട്രോഫി ടൈപ്പ് 2' എന്ന രോഗമാണ് സതിക്ക് ജന്മനാൽ ബാധിച്ചത്. മസിലുകൾ തളരുന്ന അവസ്ഥ. പിടിച്ചു നില്ക്കാനാകില്ല. എടുത്തിരുത്തിയാൽ അങ്ങനെ ഇരിക്കാം. പ്രായം കൂടുന്തോറും ഭാരത്താൽ തളർച്ചയുടെ അവസ്ഥ കൂടുമെന്ന് സതിക്കറിയാം. കുട്ടിക്കാലത്ത് ആയുർവ്വേദ ചികിത്സയും നടത്തിനോക്കി. ഇപ്പോൾ മരുന്നൊന്നുമില്ല; പക്ഷേ, പുസ്തകമെന്ന മഹാമരുന്നിൽ സതി,

വിജയകരമായി ജീവിതത്തിലേക്ക് തിരിച്ചുനടന്നു. അച്ഛൻ പഠിപ്പിച്ചിരുന്ന പൊള്ളപ്പൊയിൽ എൽ പി സ്കൂളിൽ നാലാംക്ലാസ് വരെയെ സതി പഠിച്ചുള്ളൂ. യു പി സ്കൂളിൽ പോകണമെങ്കിൽ അഞ്ചുകിലോമീറ്റർ പിന്നെയും പോകണം. പുസ്തകം കൈയിലെടുക്കാനാണ്, പുരോഗമന കലാസാഹിത്യസംഘം പ്രവർത്തകൻ കൂടിയായ അച്ഛൻ ഉപദേശിച്ചത്. പിന്നെ സതിക്ക് പുസ്തകങ്ങളെല്ലാം പുത്തനൊരായുധമായി. അറിവെല്ലാം സതിയുടെ ഉയിർപ്പിന്റെ പുസ്തകങ്ങളായി. അവൾ പുസ്തകം ചിറകാക്കി പറന്നുതുടങ്ങി. എല്ലാ അവയവങ്ങളും കൂടുതലുണ്ടെന്ന് ധരിക്കുന്ന നമ്മൾ, നിന്നയിടത്തുതന്നെ ആലസ്യത്തിലാണ്ടപ്പോൾ, കാലൂന്നാൻപോലും പറ്റാത്ത സതി, പറന്നുതുടങ്ങി. കുട്ടിക്കഥകളിലായിരുന്നു തുടക്കം. പിന്നെ തകഴി, എം ടി തുടങ്ങിയ മഹാരഥന്മാരുടെ പുസ്തകം വായിച്ചു തുടങ്ങി. യാത്രാവിവരണങ്ങളിൽ എഴുത്തുകാർക്കൊപ്പം കൂടി. ആഫ്രിക്കൻ ഭൂഖണ്ഡങ്ങളെക്കുറിച്ച് ഭൂമിശാസ്ത്ര വിദഗ്ദ്ധനേക്കാളും സതിക്കറിയാം. എസ് കെ പൊറ്റെക്കാടായിരുന്നു അതിൽ അവളുടെ അദ്ധ്യാപകൻ. ഹിമശൈലത്തിന്റെ മഹാഗർത്തങ്ങളിൽ അവൾ പലകുറി വീണെണിറ്റു. രാജൻ കാക്കനാടൻ അവളെ കൈപിടിച്ചു നടത്തി. ഹിമാലയത്തെ നാലുചുവരുകൾക്കുള്ളിലിരുന്ന് സതി, കണ്ടത്ര വിജ്ഞാനം, ഒരു ഹിമാലയ യാത്രികനും അനുഭവിച്ചിട്ടുണ്ടാകില്ല.

പിന്നെ എഴുത്തുകളുടെ കാലം

കൊടക്കാട് പൊള്ളപ്പൊയിലിലെ വീടായ സിവി സദനത്തിൽനിന്നും നോക്കിയാൽ കാണുന്നത്ര അകലത്താണ് ബാലകൈരളി എന്ന ഗ്രന്ഥാലയം. വജ്രജൂബിലി ആഘോഷിച്ച ഈ ഗ്രന്ഥാലയമാണ്, സതിയെ അകലേക്കകലേക്ക് കൈനടത്തിച്ചത്. അച്ഛൻ സിവിക് കൊടക്കാടായിരുന്നു സതിയുടെ പുസ്തകങ്ങൾ ആദ്യകാലത്ത് തെരഞ്ഞെടുത്തത്. അതാക്കെ വായിച്ച് വായനയുടെ പുതിയ ലോകം സതി തന്നെ കണ്ടെത്തി. എല്ലാവെള്ളിയാഴ്ചയും പുസ്തകം മാറ്റിവാങ്ങും. അയ്യായിരത്തിലധികം വരും അവൾ വായിച്ചുതള്ളിയ പുസ്തകങ്ങൾ. ബാലകൈരളി ഗ്രന്ഥാലയത്തിനിപ്പോൾ മൊബൈൽ ലൈബ്രറിയുണ്ട്. എല്ലാവെള്ളിയാഴ്ചയും മുടങ്ങാതെ ആ മൊബൈൽ ലൈബ്രറി സതിയുടെ വീട്ടിലെത്തും. രണ്ടുപുസ്തകമാണ് ഒരാൾക്ക് എടുക്കാനാകുന്നത്. സതി, അമ്മ പാട്ടിയുടെ പേരിലും പുസ്തകമെടുത്ത് വായിക്കും.

വെറും വായനയല്ല, സതിയുടേത്. ഓരോന്നും വായിക്കുമ്പോഴും കുറിപ്പുകളെടുക്കും. കഥാപാത്രങ്ങളുടെയും സംഭവങ്ങളുടെയും പ്രാധാന്യം മനസ്സിലും നോട്ടുപുസ്തകത്തിലും കുറിച്ചിടും. പുസ്തകത്തിൽ കുറിച്ച എഴുത്തുകാരന്റെ വിലാസത്തിൽ സംശയങ്ങൾ കൊരുത്തൊരു കുറിപ്പിടും. എഴുത്തുകാരന്റെ കുറിപ്പ് കിട്ടിയാൽ അത് പ്രത്യേക നോട്ടുപുസ്തകത്തിൽ ഒട്ടിച്ചുവക്കും. അടുത്ത പേജിൽ എഴുത്തുകാരന്റെ ചിത്രമടക്കം പതിച്ച് ലഘുപരിചയവും, അദ്ദേഹത്തിന്റെ

വായിച്ച പുസ്തകങ്ങളുടെ ലിസ്റ്റും എഴുതും. അവയെക്കുറിച്ചുള്ള തന്റെ വായനാകുറിപ്പുകൾ എഴുതിവച്ച മറ്റൊരു നോട്ടുബുക്കിന്റെ പേജും നമ്പറും അതിൽ കാണാം. അതിവിദഗ്ദ്ധനായ ലൈബ്രേറിയന്റെ ചടുലതയും വൃത്തിയുമുണ്ട്, സതിയുടെ സൂക്ഷിപ്പുകൾക്ക്.

മുറിയുടെ അരികിലുള്ള അലമാരയിൽ ഒരു കത്തുലൈബ്രറി കാണാം. സതിക്ക് കേരളത്തിലെ കുട്ടികളും അദ്ധ്യാപകരും അമ്മമാരും അയച്ച കത്തുകളാണിവ. 14 ജില്ലകളിലെയും കത്തുകൾ വേർതിരിച്ച് വർണ്ണക്കടലാസിനാൽ ബൈന്റ് ചെയ്ത് അടുക്കി വച്ചിരിക്കുന്നു. സതിയുമായുള്ള പൊള്ളപ്പൊയിൽ എൽ പി സ്കൂൾ കുട്ടികളുടെ അഭിമുഖമാണ്, മൂന്നാംക്ലാസ് മലയാളം പാഠപുസ്തകത്തിൽ 2013 വരെ പഠിക്കാനുണ്ടായിരുന്നത്. അതിൽ സതിക്ക് കത്തെഴുതാനുള്ള പാഠ്യപ്രവർത്തനവും ഉണ്ടായിരുന്നു. പതിനായിരം കവിയും ഇങ്ങനെ കിട്ടിയ കത്തുകൾ. പോസ്റ്റ് കാർഡ് മുതൽ വർണ്ണപ്പേജുകളുള്ള നെടുങ്കൻ കത്തുകൾ വരെ ഇതിൽപെടും. മൂന്നാം ക്ലാസുകാർ കൂട്ടായും സ്കൂൾ മൊത്തമായും ഓരോ കുട്ടി വീതവും സതിക്ക് കത്തെഴുതി. അത്തരം കത്തുകൾ ഇപ്പോഴും വരുന്നുണ്ട്. എല്ലാത്തിനും സതി മറുപടി അയക്കും. മലപ്പുറം, കോഴിക്കോട് ജില്ലകളിൽ നിന്നാണ് ഏറ്റവും കൂടുതൽ കത്ത് വന്നതെന്ന് ബൈന്റിട്ട കത്തുകൾ ചൂണ്ടിക്കാട്ടി സതി പറഞ്ഞു.

പിന്നെ രചനകളുടെയും കാലം

വായിച്ച് വായിച്ച് താനും എഴുത്തുകാരിയായിപ്പോയെന്ന് സതി. *ഗുളിക വരച്ച ചിത്രങ്ങൾ* എന്ന പേരിൽ 14 കഥകളുടെ സമാഹാരം പുറത്തിറക്കി. തന്റെ കഥകേട്ട മലപ്പുറത്തെ പി ടി ഷൂക്കുറാണ് കഥാസമാഹാരം പുറത്തിറക്കാൻ സഹായിച്ചത്. മലബാറിൽനിന്നും പുറത്തിറങ്ങുന്ന പ്രസിദ്ധീകരണങ്ങളിലും കണ്ണൂർ ആകാശവാണിയിലും സതിയുടെ കഥയും കവിതയും പ്രസിദ്ധീകരിച്ചു. കരിവെള്ളൂർ മുച്ചിലോട്ട് ക്ഷേത്രോത്സവത്തോടനുബന്ധിച്ച് പുറത്തിറക്കിയ ഭക്തിഗാന സിഡിയിലും സതി പാട്ടെഴുതി. അത് പാടിയത് കെ എസ് ചിത്ര. കരിവെള്ളൂരിലെത്തിയ ചിത്ര, സതിയുടെ പാട്ട് വേദിയിലും പാടി.

മുറിയുടെ ചുമർ മൂലയിൽ ടി വി സ്ഥാപിച്ചിട്ടുണ്ട്. അത് തന്നെ സ്വാധീനിച്ചിട്ടേയില്ലെന്ന് സതി പറയും. സീരിയൽ കാണാറില്ല. വാർത്തയും അപൂർവ്വം സിനിമയും കാണും. നവമാധ്യമങ്ങളാണ് ഇപ്പോൾ സമയമെല്ലാം കളയുന്നത്. വാട്സാപ്പിലും ഫേസ്ബുക്കിലും സജീവമാണ് സതി. അതിൽ കവിതകൾ എഴുതും. സുഹൃത്തുക്കളോട് അഭിപ്രായം പറയും. വാട്സാപ്പിൽ കൂട്ടായ്മയുടെ മധുരം നുകരും.

പയ്യന്നൂർ ആസ്ഥാനമായ ഭിന്നശേഷിക്കാർക്കുള്ള 'ഫ്ളൈ' എന്ന സന്നദ്ധസംഘടനയിലും സജീവമാണ് സതി. അവരുടെ ക്യാമ്പിൽ പങ്കെടുക്കാൻ വർഷത്തിലൊരിക്കൽ സതി പുറത്തിറങ്ങും. അവിടെ പരി

ചയപ്പെടുന്ന കൂട്ടുകാരുമായുള്ള സ്നേഹസംവാദങ്ങൾ നിറയെ കാണാം സതിയുടെ ഫേസ്ബുക്കിൽ. അവരിൽ ചിലർ സതിയെ കാണാൻ വീട്ടിലെത്താറുണ്ട്. പുസ്തകത്തിൽ വായിച്ചതിനാൽ, പല സ്കൂളുകാരും സതിയെ തങ്ങളുടെ സ്കൂളിലേക്ക് ക്ഷണിക്കാറുണ്ട്. യാത്രചെയ്യാൽ വയ്യാത്തതിനാൽ സതി പോവാറില്ല. നീലേശ്വരത്തെ ബിരിക്കുളം സ്കൂളുകാർ ഒരിക്കൽ സതിയെ കൊണ്ടുപോയി, സാഹിത്യസമാജം ഉദ്ഘാടനത്തിന്. പൊള്ളപ്പൊയിലിൽ ബാലകൈരളി ഗ്രന്ഥാലയത്തിൽ വല്ലപ്പോഴും പരിപാടിക്ക് പോകാറുള്ള സതി, ഇപ്പോൾ നവമാധ്യമങ്ങൾ വഴിയാണ് കൂടുതലായും ലോകം ചുറ്റാറ്. മൂന്നുവർഷം മുമ്പ് അച്ഛൻ സിവിക്ക് കൊടക്കാട് മരിച്ചു. അമ്മയും സഹോദരങ്ങളുമാണ് ഇപ്പോൾ കൂട്ടിന്. സർക്കാർ നല്കിയ വൈദ്യുതി വീൽചെയറിൽ വീടിന് വെളിയിലുള്ള റോഡിലൂടെ വല്ലപ്പോഴും ഒറ്റയ്ക്ക് കറങ്ങും. അങ്ങനെ പോയപ്പോൾ ഒരിക്കൽ തൊടിയിൽ മയിലുകളെ കണ്ടു; നല്ല വർണ്ണമയിലുകൾ... സതിയുടെ മനസ്സുപോലെ അവ മുറ്റത്ത് നൃത്തം ചെയ്തു. അവ പിന്നീട് സതിയുടെ ഫേസ്ബുക്കിൽ വർണ്ണചിത്രമായും കറങ്ങി നടന്നു.

"ചൂടും വിയർപ്പുമയ്യയ്യോ! മേടത്തിന്നുഗ്ര താണ്ഡവം! അതിന്നിടയിൽ വർഷം പോൽ സതി തൻ സ്നേഹകായിതം!"

(വിഷുവിന് ചെമ്മനം ചാക്കോ സതിക്കയച്ച കത്തിൽനിന്ന്)

ശ്രുതി മീട്ടുന്നു

ശ്രുതി നിങ്ങളുടെ ഒരുവിരൽത്തുമ്പിനറ്റത്തുണ്ട്. എൻഡോസൾ ഫാൻ ഇരകൾ എന്ന് ഗൂഗിളിൽ ഒന്ന് സെർച്ച് ചെയ്താൽ ഇരച്ചുവരുന്ന കരയുന്ന ചിത്രമാകുന്നു ശ്രുതി. തൊണ്ണൂറുകളുടെ അന്ത്യ വർഷങ്ങളിൽ കാസർകോട്ടെ എൻഡോസൾഫാൻ ഗ്രാമങ്ങൾ ഉഴുതുമറിച്ച മാധ്യമപ്രവർത്തകർക്ക് എന്നും ദൈന്യതയുടെ ഒരു വാർത്താ ശകലമായിരുന്നു ശ്രുതി. അവൾ വളർന്നു. ഒപ്പം അവളുടെ ശാരീരിക വൈകല്യങ്ങളും അവളേക്കാളും വേഗത്തിൽ വളർന്നു. പത്തുവയസ്സുവരെ അവളുടെ വലതുകാൽ, മുട്ടിനുതാഴെ ഒരു പിരിയൻ കോവണി പോലെയായിരുന്നു. അതിന്ന് മുറിച്ചുമാറ്റി അസ്സലൊരു ജയ്പൂർ കാലായിട്ടുണ്ട്. നടുവിൽ പിളർന്നുപോയ നാലുവിരൽ മാത്രമുള്ള കൈപ്പത്തിക്ക് മനക്കരുത്തിന്റെ കാതൽ തിടം വച്ചിട്ടുണ്ട്. ഇപ്പോൾ പേനപിടിച്ച് തഴമ്പിച്ചിട്ടുണ്ട് വലതുകൈ. വീണ കണ്ണീരിനാൽ അവളുടെ കവിളോരവും തഴമ്പിക്കേണ്ടതായിരുന്നു. എന്നാൽ കാണുമ്പോൾ പുതിയ പുഞ്ചിരി വിരിഞ്ഞ വാർത്തയായിരുന്നു അവൾക്ക് പറയാനുണ്ടായിരുന്നത്. അതുകൊണ്ടാകണം കണ്ണോരത്ത് പുതിയ സൂര്യൻ തെളിഞ്ഞുകത്തുന്നുണ്ടായിരുന്നു.

ഞാൻ ഡോക്ടറാകുന്നു

ബംഗളൂരു മാഗഡി മെയിൻറോഡിലെ സർക്കാർ ഹോമിയോ മെഡിക്കൽ കോളേജിൽ ബി എച്ച് എം എസിന് പ്രവേശനം നേടി മടങ്ങിയതിന്റെ പിറ്റേന്നാണ് നമ്മൾ ശ്രുതിയെ കാണുന്നത്. കഴിഞ്ഞ രാത്രി ദീർഘനേരം ബസിലിരുന്ന് ഉറക്കം തൂങ്ങിയതിന്റെ ക്ഷീണമുണ്ട് ആ മുഖത്ത്. കോളേജിലെ വിശേഷങ്ങൾ പറയുമ്പോൾ ഇടയ്ക്കിടയ്ക്ക് രണ്ടുകൈയും ഉയർന്നുപൊങ്ങി. ലോകം സങ്കടത്തോടെ കണ്ട രണ്ടു

കൈയുകൾ, അപ്പോൾ ആഹ്ലാദംകൊണ്ട് ഇടയ്ക്കിടെ നഖം കടിച്ചു. അന്യരോട് കാര്യം പറയുമ്പോൾ, വിരൽ നഖം കടിക്കുന്ന കുട്ടിയായിരുന്നു പണ്ടും ശ്രുതി. വിഷമഴ പെയ്ത ദുരന്ത നാളുകൾക്കുശേഷം കാസർകോട്ടെ അതിർത്തി ഗ്രാമങ്ങളിലെത്തിയ മാധ്യമപ്രവർത്തകരോട് അഞ്ചാം വയസ്സുമുതൽ വിരൽ കടിച്ച് നാണത്തോടെ സങ്കടം പങ്കുവച്ചിട്ടുണ്ട് ശ്രുതി. വിണ്ടുകീറിയ കൈത്തലം, പിരിഞ്ഞ വലതുകാൽ അതിന്റെയൊക്കെ ചിത്രമായിരുന്നു മാധ്യമങ്ങൾക്ക് വേണ്ടിയിരുന്നത്. സൗഹൃദം കാട്ടിയ പത്രക്കാരോടും കാണാൻ വന്ന ഭരണക്കാരോടും ഉദ്യോഗസ്ഥരോടും, താൻ ഡോക്ടറാകുമെന്ന മോഹം പങ്കുവച്ചിരുന്നു ശ്രുതി. ഇന്നത് സാദ്ധ്യമാകാൻ പോകുന്നു. മൂന്നാംവയസ്സിൽ അമ്മ നഷ്ടപ്പെട്ട, ഒറ്റക്കാലിൽ ദിവസവും അഞ്ചുകിലോമീറ്റർ നടന്ന് സ്കൂളിൽ പോയ, ചിമ്മിനി വിളക്കിന്റെ വെളിച്ചത്തിൽ പഠിച്ച, കഞ്ഞിക്ക് കണ്ണീരിന്റെ ഉപ്പുചേർത്ത ആ കുട്ടിയാണ് ഡോക്ടറാകുന്നത്. ശ്രുതി തന്നെ പറയുന്നതുപോലെ വലിയൊരു ശൂന്യതയിൽ നിന്നുമുള്ള അനന്തതയിലേക്കുള്ള തുഴയലായിരുന്നു ഇവിടം വരെ...

ശ്രുതി

എൻമകജെ പഞ്ചായത്തിലെ കർണ്ണാടക അതിർത്തിയായ വാണിനഗറിൽ പിലിബഞ്ചാറിലെ താരാനാഥറാവുവിന്റെയും മീനാക്ഷിയുടെയും മകളാണ് ശ്രുതി. പ്ലാന്റേഷൻ കോർപ്പറേഷന്റെ കശുമാവുതോട്ടം വീടിന് സമീപമുണ്ട്. തുമ്പികളെപ്പോലെ പറന്നുവന്ന ഹെലിക്കോപ്ടറുകൾ എൻഡോസൾഫാൻ വിഷം തോട്ടങ്ങളിൽ വീശിയടിച്ചു. അതിൽ മുങ്ങി

ക്കുളിച്ച ഗർഭകാലമായതിനാലാകണം, ശ്രുതിയുടെത് പോലുള്ള വൈകല്യത്തിന് വേറെ ഉദാഹരണമില്ല. വിചിത്രരൂപമാർന്ന വലതുകാൽ; അതിനേക്കാളും വിചിത്രമായ കൈകൾ. ഇഴഞ്ഞ് നീങ്ങിയ ദൈന്യതയുടെ കുട്ടിക്കാലത്തുതന്നെ- മൂന്നാം വയസ്സിൽ അമ്മ മരിച്ചു. ഗർഭപാത്രത്തിൽ അർബ്ബുദം ബാധിച്ചാണ് മരിക്കുന്നത്. ശേഷിച്ച കാലം, രണ്ടാനമ്മയുടെ പരിചരണത്തിലാണ് ശ്രുതി വളർന്നത്.

ശ്രുതിയുടെ വീടിനടുത്താണ് ജനകീയാരോഗ്യ പ്രവർത്തകനായ ഡോ. വൈ എസ് മോഹൻകുമാറിന്റെ ക്ലിനിക്ക്. അദ്ദേഹമാണ്, എൻഡോസൾഫാൻ കെടുതികളെക്കുറിച്ച് ആധികാരികമായി ലോകത്തോട് ആദ്യമായി വിളിച്ച് പറഞ്ഞത്. കുടിവെള്ളത്തിലും ഭക്ഷണത്തിലും പടരുന്ന വിഷകണികകളെക്കുറുച്ച് മോഹൻകുമാർ, കന്നട പത്രങ്ങളിൽ ലേഖനമെഴുതി. തന്റെ വാദങ്ങൾക്ക് ബലമേകാൻ, ശ്രുതിയുടെ ജനനവും അവളുടെ അമ്മയുടെ മരണവും മോഹൻകുമാർ സ്പെസിമനാക്കി. പിന്നാലെ വാർത്തതേടിയിറങ്ങിയ മലയാളത്തിലെ പത്രക്കാർക്കും ശ്രുതിയുടെ ദൈന്യജീവിതവും വലിയ വലിയ വാർത്തയായി. അവളുടെ വേറിട്ട വൈകല്യത്തിന്റെ ചിത്രം ഗൂഗിൾ സെർച്ചിൽ പ്രമുഖസ്ഥാനം നേടി.

മാധ്യമങ്ങളിലൂടെ ശ്രുതിയുടെ ചിത്രമേല്പിച്ച ആഘാതം തട്ടിക്കളയാൻ പറ്റാത്തവണ്ണം സജീവമായതോടെ, എൻഡോസൾഫാൻ നിരോധനംതന്നെ ലോകത്തും രാജ്യത്തും നിലവിൽ വന്നു. അപ്പോഴും വളരുകയായിരുന്നു ശ്രുതി. ഒന്നാംക്ലാസിൽ വാണിനഗർ ജി എച്ച് എസ് എസിൽ ചേർന്നു. ആ വർഷം തന്നെ അവളുടെ വലതുകാൽ മുറിച്ചു നീക്കി. എൻവിസാജ് പോലുള്ള എൻഡോസൾഫാൻ പുനരധിവാസ സന്നദ്ധസംഘടനയും സർക്കാരും സഹായത്തിനെത്തി. മംഗളൂരു യു എം സി ആശുപത്രിയിൽ നിന്നാണ് ചികിത്സ നേടിയത്. ജയ്പൂരിൽ നിന്നും എത്തിച്ച അൻപതിനായിരം രൂപയുടെ കുഞ്ഞിക്കാൽ സംഭാവനയിലൂടെ ലഭിച്ചു. അതോടെ അവൾക്ക് നടക്കാമെന്നായി. ഭക്ഷണം കഴിക്കാൻ സ്പൂണും എഴുതാൻ പെൻസിലും വലതുകൈക്ക് താങ്ങാമെന്ന് വന്നതോടെ അവൾ സ്കൂളിലേക്ക് പിച്ചവച്ചു തുടങ്ങി

ഞാൻ പ്രണയിനിയാകുന്നു

വാണിനഗർ സ്കൂളിലേക്ക് തികഞ്ഞ അക്ഷരപ്രണയത്താൽ അവൾ മടുക്കാതെ നടന്നുതുടങ്ങി. എന്നും രണ്ടുകിലോമീറ്റർ അങ്ങോട്ടും ഇങ്ങോട്ടും നടക്കണം. ചൂടിൽ ജയ്പൂർ കാൽ പലപ്പോഴും തുടയോട് പിണങ്ങി. ഫംഗസ് ബാധയാൽ നീറ്റൽ കൂടിയപ്പോൾ പലപ്പോഴും ക്ലാസിൽ പോകാൻ കഴിയാതായി. തുഴഞ്ഞ് നീങ്ങിയ ആ അക്ഷരപ്രണയകാലം എസ് എസ് എൽ സി പരീക്ഷയിൽ ഉന്നതവിജയം നേടുന്നതുവരെ കാര്യങ്ങളെത്തിച്ചു. അച്ഛൻ കൂലിപ്പണിയെടുത്ത് പോറ്റുന്ന കുടുംബത്തിൽ രണ്ടാനമ്മയിലൂടെ അനിയൻകൂടി വന്നതോടെ കഷ്ടപ്പാ

ടുകളേറി. സ്കൂളിലെ ഉച്ചക്കഞ്ഞിയോടുള്ള പ്രണയമാണ് അക്കാലം അക്ഷരപ്രണയത്തേക്കാൾ മുന്നിട്ടുനിന്നത്. എസ് എസ് എൽ സി പരീക്ഷയ്ക്ക് എപ്ലസോടു കൂടിയ ഗംഭീരവിജയം കൂടിയായതോടെ തുടർന്ന് പഠിക്കണമെന്ന ആഗ്രഹം മൂത്തു. കിലോമീറ്ററുകൾക്കപ്പുറത്തുള്ള മുള്ളേരിയ ഹയർസെക്കന്ററിയിൽ സയൻസ് പ്ലസ്ടു കോഴ്സിന് ചേർന്നു. വീടെത്താൻ കഴിയാത്തതിനാൽ ഐത്തനടുക്കയിലെ ബന്ധുവീട്ടിലായിരുന്നു താമസം. ഐത്തനക്കയിൽനിന്നും ബസുകയറി വേണം മുള്ളേരിയയിലെത്താൻ. വയ്യാത്ത കാലും കയറ്റിവച്ച് സ്കൂളിലേക്ക് യാത്ര. വളർച്ചയ്ക്കനുസരിച്ച് ഇടയ്ക്കിടെയുള്ള കൃത്രിമക്കാൽമാറ്റം. അതിനായുള്ള മംഗളൂരു യാത്രകൾ, അസഹ്യമായ വേദന... ഇടയ്ക്ക് സന്തോഷപ്പെടുത്തി മികച്ച രീതയിലുള്ള പ്ലസ്ടൂ റിസൾട്ടും വന്നു.

ബസിലെ ഏന്തിവലിഞ്ഞുള്ള യാത്രയ്ക്കിടയിലാണ്, ബസ് ജീവനക്കാരനായ കുണ്ടാർ ഹൊസഗന്ദയിലെ ജഗദീഷിനെ പരിചയപ്പെടുന്നത്. തുടർന്ന് മറ്റൊരു പ്രണയകാലം. വേദനകൾക്കിടയിൽ സുഖമുള്ള മറ്റൊരു വേദനയായി പ്രണയജീവിതം. 2013 ആഗസ്തിൽ ആ പ്രണയം വിവാഹത്തിലേക്ക് വഴിമാറുന്നു. അങ്ങനെ ശ്രുതിക്ക് സ്വാധീനമില്ലാത്ത അവളുടെ വലതുകാലായി ജഗദീഷ് എത്തി. അവിടെ ഭർത്താവിന്റെ അമ്മയും സഹോദരങ്ങളും എല്ലാം കൂലിപ്പണിക്കാരാണ്. ഓടിട്ടതെങ്കിലും നിറയെ ചോർച്ചയുള്ള ഒറ്റമുറിവീട്. അവിടെനിന്നാണ് ശ്രുതിയുടെ അടുത്ത യാത്ര.

ഞാൻ വീണ്ടും കണ്ണീരാകുന്നു

പ്ലസ്ടു കഴിഞ്ഞ് കല്യാണത്തിനൊപ്പംതന്നെ കർണ്ണാടകപുത്തൂരിൽ ബി എസ് സി കോഴ്സിന് ചേർന്ന ശ്രുതിക്ക് ഒരുവർഷം മാത്രമേ പഠനം തുടരാൻ കഴിഞ്ഞുള്ളു. പുത്തൂർ ഫിലോമിനാസ് കോളേജിൽ ട്രിപ്പിൾ മെയ്ൻ (സുവോളജി, ബോട്ടണി, കെമിസ്ട്രി) പഠനം തുടങ്ങിയെങ്കിലും, കുണ്ടാറിലെ വീട്ടിൽനിന്നും പുത്തൂരിലേക്കുള്ള 30 കിലോമീറ്റർ ദൂരം ബസ്യാത്ര അവളെ തളർത്തി. 2001 ൽ സ്ഥിരമായി മാറ്റി സ്ഥാപിച്ച കാൽ ഇടയ്ക്കിടയ്ക്ക് ചൂടിൽ പിണങ്ങിത്തുടങ്ങി. ഫംഗസ് ബാധയാൽ കാലനക്കാൻ പറ്റാത്ത അവസ്ഥ. അങ്ങനെ ആ കോളേജ് പഠനം ആദ്യവർഷം തന്നെ എന്നെന്നേക്കുമായി മുടങ്ങുന്നു. ഒരുവർഷം കഴിഞ്ഞാണ് മെഡിക്കൽ പഠനം എന്ന മോഹത്താൽ പരിശീലനത്തിന് ചേരുന്നത്. പുത്തൂരിലെ സ്വകാര്യ എൻട്രൻസ് കോച്ചിങ് സെന്ററിൽ അവധിദിവസങ്ങളിലെ തീവ്രപരിശീലനം. ബസ് ജോലിക്ക് അവധിയെടുത്ത് ഒപ്പം കൂട്ടായി ഭർത്താവ് ജഗദീഷും. സംശയങ്ങൾ തീർക്കാൻ ഇടയ്ക്ക് ഡോ. മോഹൻകുമാറിനെ വിളിക്കും. അതിന്റെ ഒടുവിലാണ് സർക്കാർ മെഡിക്കൽ കോളേജിലെ പ്രവേശനം.

ഞാൻ നിറഞ്ഞ കൈയടിയാകുന്നു

ബംഗളൂരുവിലെ ഹോമിയോ കോളേജിൽ അസിസ്റ്റന്റ് പ്രൊഫസറായ ഡോ. ശുഭയാണ് ശ്രുതിയുടെ പ്രവേശക്കാര്യങ്ങൾക്കെല്ലാം സഹായം നല്കിയത്. വൈകല്യമുള്ള കുട്ടിയെന്ന ഉദ്ദേശത്തിലാണ് അവർ സഹായിച്ചത്. എന്നാൽ ശ്രുതി തന്റെ ജീവിതം ഡോ. ശുഭയോട് പറഞ്ഞു. കന്നട പത്രങ്ങളിൽ തന്നെക്കുറിച്ചു വന്ന വാർത്തകൾ കാട്ടിക്കൊടുത്തു- കുട്ടീ ഞാനാണ് നിന്റെ സ്ഥാനത്തെങ്കിൽ കരഞ്ഞ് വീട്ടിലിരിക്കുമായിരുന്നു എന്നത്രെ ഡോക്ടർ പറഞ്ഞത്. ശ്രുതി ഇക്കാര്യം നമ്മോട് പറയുമ്പോൾ ചിരിയോട് ചിരി.

ശ്രുതിയുടെ വിശേഷം അറിഞ്ഞ് സഹായിക്കാൻ എത്തിയവരും ഏറെ. ഹോമിയോപ്പതി ഡോക്ടർമാരുടെ സംഘടന, ശ്രുതിയുടെ പഠനച്ചിലവിനായി ബാങ്ക് ഏക്കൗണ്ട് തുറന്നു. ആദ്യഘട്ടമായി കാൽലക്ഷം രൂപ ഹോമിയോ ഡോക്ടർമാരുടെ സംഘടനാ നേതാവും കാസർകോട് ഹോമിയോ ഡി എം ഒയുമായ സംവിധായകൻ ബിജു ശ്രുതിയുടെ വീട്ടിലെത്തി കൈമാറി. കെ കുഞ്ഞിരാമൻ (ഉദുമ) എം എൽ എയുടെ ആവശ്യപ്രകാരം, ശ്രുതിയുടെ പഠനച്ചിലവ് ഏറ്റെടുക്കമെന്ന് സർക്കാരും നിയമസഭയിൽ അറിയിച്ചിട്ടുണ്ട്. അതിനിടയിൽ ശ്രുതിക്ക് കോഴിക്കോട് ഹോമിയോ കോളേജിൽ പ്രവേശനം തരപ്പെടുത്താനാകുമോയെന്ന അന്വേഷണവും നടക്കുന്നു. ഇ ചന്ദ്രശേഖരൻ എം എൽ എ ഇക്കാര്യം ആരോഗ്യമന്ത്രിയുമായി സംസാരിച്ചു.

ആ ജീവിതത്തിന് ഇത്തരം സഹായങ്ങൾ ഇനിയും വേണ്ടിവരും. നമുക്ക് അഞ്ചരവർഷം കാത്തിരിക്കാം ഡോ. ശ്രുതിയെ. അതുവരേക്കും നമുക്കൊരു നിറഞ്ഞ കൈയടി നല്കാം... പ്ലീസ് ഒന്നു കൈയടിക്കൂ...

അത്രമേൽ വിനീതനാകയാൽ

വട്ടിപ്രം വെള്ളാനപ്പൊയിലിലെ വീട്ടിലെത്തി വിളിച്ചപ്പോൾ കൂത്തുപറമ്പ് ടൗണിൽനിന്നും കെ എൽ 7 സി കെ 13 എന്ന പുത്തൻ ചുവപ്പു കാറിലാണ് വിനീത് പാഞ്ഞുവന്നത്. ഇപ്പോൾ പോകുന്നിടത്തെല്ലാം ആധാർ ചോദിക്കുന്നു; അതിനാൽ ആധാറിന് അപേക്ഷിക്കാൻ പോയതായിരുന്നു; കാറിൽ നിന്നുമിറങ്ങുന്നതിനിടയിൽ വിനീത് പറഞ്ഞു. "പത്തുമുപ്പത് പേർ ക്യൂവിലുണ്ട്. തിരക്കാണ്, ഇനി നാളെ പോകാമെന്ന് തോന്നുന്നു..." പോയകാര്യം എന്തായി എന്ന് അന്വേഷിച്ച് മുറ്റത്തേക്കിറങ്ങിയ അച്ഛൻ വാസുമാഷോടുള്ള മറുപടി ഇങ്ങനെ. നിങ്ങളിപ്പോൾ ഒരു സ്റ്റാറല്ലെ, ആധാർ അപേക്ഷയ്ക്കൊക്കെ ഇങ്ങനെ ക്യൂ നില്ക്കണോ എന്ന ചോദ്യത്തിന് നാണം നിറഞ്ഞ ചിരി മാത്രം മറുപടി. "ഈട അങ്ങനേന്നും ഇല്ലപ്പ... എല്ലാം നമ്മടെ നാട്ടാറല്ലെ. ഇപ്പോ നാട്ടില് അങ്ങനെ ഇണ്ടാകാറില്ല. എന്നാലും കിട്ടുന്ന സമയത്തെല്ലാം ഈടവരണം. എല്ലാത്തരം പരിപാടിക്കും പോകണം, ചൊകന്ന മുണ്ടുടുത്ത്, അതും മാടിക്കുത്തി കണ്ടത്തിലും അതിന്റെ നടുവിലെ തോട്ടിലും, ചൂണ്ടയെടുത്ത് അഞ്ചരക്കണ്ടിപ്പൊഴേടെ മൂഴീലും അങ്ങനെ പോകണം.. അല്ലാതെന്ത് സ്റ്റാറ്...യേയ്..."

മുത്തേയ്... എപ്പളാ എത്ത്യേ...?

വെള്ളാനപ്പൊയിലിൽ ഈ വയലിനരികിൽ രണ്ടുവർഷം മുമ്പാണ് വിനീതിന്റെ കുടുംബം പുതിയ വീടുവച്ചത്. മുറ്റത്തുനിന്നും കാലെടുത്തുവെക്കുന്നത് വയലിലേക്ക്. ഇതിനെ നെടുകെ പകുത്തുകൊണ്ട് ചെറിയൊരു കൈത്തോട്. കഴിഞ്ഞമാസം ബംഗളൂരുവിൽനിന്നും എത്തിയാണ് ഞാറുനട്ടത്. എജീസ് ഓഫീസിൽനിന്നും പിരിച്ചുവിടൽ ഉത്തരവ് വരുന്ന

സി കെ വിനീത്

സമയത്ത് ഈ ബ്ലാസ്റ്റേഴ്സ് താരം വയലിൽ ടില്ലറുകൊണ്ട് ഉഴുകുകയായിരുന്നു. വയലിലേക്കിറങ്ങാം എന്ന് പറഞ്ഞപ്പോൾ, വീടിനകത്തേക്ക് കയറി, ഒരു മുഷിഞ്ഞ ചുവന്നമുണ്ടും ടീഷർട്ടും എടുത്തിട്ട് പുറത്തിറങ്ങി. തോട്ടിലെ വെള്ളത്തിലേക്കൊരു ഷോട്ട് പായിക്കാം എന്നോർത്താവണം, വീണ്ടും അകത്തുകയറി ഫുട്ബോളും കരുതി. അപ്പോഴേക്കും കൈയടിച്ചുകൊണ്ട് മഴയുമെത്തി. താരം ആവേശത്തിലായി, തോട്ടുമ്പുറത്തേക്ക് ഊളിയിട്ടു. വയൽപുറത്ത് പ്ലാസ്റ്റിക്ക് തൊപ്പിയും ധരിച്ച് പുല്ലുചെത്തുന്ന അമ്മമാരും വിനീതിനോട് ഒന്നുമുട്ടിയാലോ എന്ന് ശങ്കിച്ചെത്തിയ തവളകളും തലയുയർത്തി ചോദിച്ചു... "മുത്തെ എപ്പോയ്നു ബന്നത്..?" ഇന്നലെ രാത്രിയെത്തി- മറുപടി. കൊറേ ദെവസോണ്ടോ...? അടുത്തായ്ചയെന്ന് വീണ്ടും മറുപടി. അവർ പിന്നെയും എന്തൊക്കെയോ സംസാരിച്ചു. അമ്മാരുടെ വീട്ടുവിശേഷമെല്ലാം അതിനിടയ്ക്ക് 'മുത്ത്' ചോദിച്ചറിഞ്ഞു.

നാട്ടിൽ വിനീത് താരമൊന്നുമല്ല അല്ലെ...? തോട്ടിന്നടിയിൽ ഗോളിയായിനിന്ന പരൽമീനുകളുടെ കണ്ണിലേക്ക് ഒരു ഷോട്ട് പായിച്ച് നനഞ്ഞ് കുളിച്ച് പറഞ്ഞ മറുപടി ഇങ്ങനെ: "നിങ്ങള് കണ്ടില്ലെ, ഇതാണ് ശരിക്കും ഞാൻ. കളിക്കളത്തിലെ ആർപ്പുവിളികളെല്ലാം കഴിഞ്ഞാൻ ഞാൻ മടങ്ങാൻ കൊതിക്കുന്ന എന്റെ പ്രീയപ്പെട്ട ഇടം. ഇവിടെ ഞാൻ താരമല്ലെന്നുമാത്രമല്ല, വിനീതെന്ന പേരുപോലും ഓർമ്മയില്ലാത്തവനാണ്, കേട്ടില്ലെ.. മുത്തേ എന്നാണ് എല്ലാവരും വിളിക്കുന്നത്. കുഞ്ഞായിരിക്കുമ്പോൾ വീട് വിളിച്ച പേര് ഇപ്പോൾ നാടും വിളിക്കുന്നു..." പറയുമ്പോഴെല്ലാം വിനിത് പന്തുകളിച്ചുകൊണ്ടേയിരുന്നു. തകർത്തുപെയ്യുന്ന മഴയും കൂട്ടിനുണ്ട് അപ്പോൾ കളിക്കാൻ. മഴത്തുള്ളികൾക്ക് ഇടയിലൂടെ പന്തിനെ പമ്പരം പോലെ കറക്കി. കാലുകൊണ്ട് വെള്ളത്തെ ഗോൾമുഖത്തേക്കയക്കുമ്പോൾ അവിടെ മഴവില്ലുകൾ വിടർന്നു.

സെക്രട്ടറിയേറ്റിൽനിന്നും വിളിച്ചിരുന്നു

വീടിന്റെ വരാന്തയിൽ കാൽനീട്ടിയിരിക്കുമ്പോൾ അച്ഛൻ വാസുമാഷുമെത്തി. അടുത്തിരുന്ന അച്ഛന്റെ മടിയിലേക്ക് മെല്ലെ ചാഞ്ഞ് വിനീത് സംസാരിച്ചു തുടങ്ങി. എജീസ് ഓഫീസിൽനിന്നും പിരിച്ചുവിട്ടതിന് ശേഷം ജോലിക്കാര്യം ഏറ്റെടുക്കുമെന്ന് സംസ്ഥാന സർക്കാർ അറിയി

ച്ചിട്ടുണ്ട്. കഴിഞ്ഞയാഴ്ച കായികമന്ത്രി എ സി മൊയ്തീനെ നേരിട്ടു കണ്ടു. ജോലിക്കാര്യം മന്ത്രിസഭായോഗം പരിഗണിക്കുമെന്ന് സെക്രട്ടറിയറ്റിൽനിന്നും വിളിച്ചറിയിച്ചു. "സന്തോഷം" മകന്റെ പുതിയ വിശേഷം കേട്ടപ്പോൾ അച്ഛന്റെ പ്രതികരണം ഇങ്ങനെ.

പ്രൊബേഷൻ സമയത്ത് അകാരണമായി ജോലിയിൽനിന്നും വിട്ടുനിന്നു എന്നാരോപിച്ചാണ് വിനീതിനെ എജീസ് ഓഫീസിൽനിന്ന് പുറത്താക്കുന്നത്. കളിയുടെ ആവശ്യത്തിനായി മാത്രം ജോലിയിൽ തുടരേണ്ട താരത്തിനെയാണ് ഓഫീസിലെത്താത്തതിന്റെ പേരിൽ കേന്ദ്രസർക്കാർ പിരിച്ചുവിടുന്നത്. അല്ലെങ്കിലും കളിക്കായി മാത്രം എല്ലാത്തരം കളിവിരുദ്ധതയോടും കലഹിച്ച വിനീതിനും കുടുംബത്തിനും ഇപ്പോഴും വേണ്ടത് ജോലിയല്ല, കളിമൈതാനങ്ങളാണ്, ആരവം ഒരിക്കലും നിലയ്ക്കാത്ത അനന്തമായ കളിമൈതാനങ്ങൾ.

വട്ടിപ്രം, ഒരു കാൽപന്തുകളിക്കാരൻ വളരാൻ തക്ക മൈതാനമൊന്നുമില്ലാത്ത നാടാണ്. എന്നിട്ടും വിനീത് അവിടെ എങ്ങനെ സംഭവിച്ചു എന്നത് വിനീതിന്റെ നാട്ടിലെത്തുന്ന ആർക്കും സംശയം തോന്നാം. ആറാംക്ലാസുവരെ അച്ഛൻ ജോലിചെയ്യുന്ന കുറിയോട് യു പി സ്കൂളിലാണ് വിനീത് പഠിച്ചത്. അക്കാലം എല്ലാ ആൺകുട്ടികൾക്കുമുള്ളതുപോലെയുള്ള കളിക്കമ്പം വിനീതിനും ഉണ്ടായിരുന്നു. അവിടന്നാണ് കണ്ണൂർ നവോദയ വിദ്യാലയത്തിൽ പ്രവേശനം ലഭിക്കുന്നത്. ക്രിക്കറ്റ് കളിയിലായിരുന്നു അക്കാലത്ത് താല്പര്യം. എന്നാൽ ഹാന്റ്ബോൾ, ബാസ്കറ്റ് ബോൾ, ഫുട്ബോൾ, വോളിബോൾ തുടങ്ങിയവ മാത്രമേ നവോദയയിൽ പ്രോത്സാഹിപ്പിക്കൂ. പത്താംക്ലാസുവരെ നല്ല പഠനത്തിനൊപ്പം ഫുട്ബോൾ മോഹങ്ങൾ ഗോളുകളായി മനസ്സിലേക്ക് ഇടയ്ക്കിടയ്ക്ക് പാറിവരുന്നുണ്ടായിരുന്നു? പ്ലസ്ടുവിന് കാഞ്ഞങ്ങാട് പെരിയ നവോദയ സ്കൂളിലെത്തിയത് വഴിത്തിരിവായി. അദ്ധ്യാപകരായ ജോസനും ജോഷിയും വിനീതിന്റെ ജീവിതംതന്നെ മാറ്റിക്കളഞ്ഞു. പന്തിൽ വിനീതിനുള്ള കൈയടക്കം കണ്ട് ബോധിച്ച ഈ അദ്ധ്യാപകർ, അവന്റെ കാലിലേക്ക് എന്നെന്നേക്കുമായി പന്തുകൾ ഇട്ടുകൊണ്ടേയിരുന്നു. സ്കൂൾ ഗെയിമിൽ പലയിടത്തും നിർത്താതെ ഓടി വിനീത് ലക്ഷ്യത്തിലേക്ക് പന്ത് തൊടുത്തുകൊണ്ടേയിരുന്നു.

"ഒരു സിനിമയിൽ, ലാൽജോസ്, മമ്മൂട്ടിയുടെ കഥാപാത്രത്തോട് പറയുന്നൊരു കാര്യമുണ്ട്, നിങ്ങളൊരു നടനാകണമെന്ന് തീരുമാനിച്ചുറപ്പിച്ച് ഇറങ്ങിയാൽ നിങ്ങളത് ആയിരിക്കും. അതേപോലെയാണ് എന്റെയും അവസ്ഥ. ഒരു പ്രൊഫഷണൽ ഫുട്ബോളർ ആകണമെന്നായിരുന്നു എന്റെ എക്കാലത്തേയും ആഗ്രഹം" മര്യാദയ്ക്കൊരു മൈതാനം പോലുമില്ലാത്ത നാട്ടിൽ താനെങ്ങനെ ഫുട്ബോളറായി എന്ന് വിനിത് വിശദീകരിക്കുന്നത് ഇങ്ങനെ. ആൽക്കെമിസ്റ്റിലെ ഇടയനില്ലേ, നിങ്ങളൊന്ന് ആത്മാർത്ഥമായി ആഗ്രഹിച്ചാൽ, അത് നടപ്പാകാൻ ലോകമെല്ലാം ഒപ്പമുണ്ടാകും എന്ന് ചിന്തിച്ച ഇടയൻ. ഈ വാചകമല്ലേ കൂടുതൽ ചേരുക എന്ന് ചോദിച്ചപ്പോൾ ആ വിനീതമായ ചിരി മാത്രം മറുപടി.

ഇനി അച്ഛൻ വാസുമാഷ് പറയട്ടെ: "അവന്റെ വല്ലാത്ത കളിഭ്രാ

ത്തിന് എതിര് നിന്നില്ല എന്നതാണ്, കുടുംബം അവനോട് ചെയ്ത നല്ലൊരു കാര്യം. പഠിക്കാനായി പ്രത്യേകം മിനക്കെടാറില്ലങ്കിലും നല്ല മാർക്കൊക്കെ പരീക്ഷയ്ക്ക് കിട്ടിയിരുന്നു. പ്ലസ്ടു കഴിഞ്ഞ് കൊല്ലം പുനലൂരിൽ പോളിടെക്നിക്ക് കോളേജിൽ ചേർന്നു. സർട്ടിഫിക്കറ്റും ഫീസുമെല്ലാം അടച്ച്, അവനെ കോളേജിൽ കൊണ്ടുവിടാൻ ഞാനും പോയി. അവടെയാക്കി തിരിച്ചുവരുമ്പോൾ, അവനും എനിക്കൊപ്പം മടങ്ങാൻ തയ്യാറായി നില്ക്കുന്നു. അവന് അവിടെ പഠിക്കേണ്ടെന്ന്. ആ കോളേജിൽ മൈതാനമില്ലത്രെ! ഫുട്ബോൾ ഗ്രൗണ്ടില്ലാത്ത ആ കോളേജിൽ അവൻ പഠിക്കുന്നില്ലെന്ന് പ്രഖ്യാപിച്ചുകളഞ്ഞു. കൂളായി നാട്ടിലേക്ക് ആ അച്ഛനും മകനും മടങ്ങി. നാട്ടിലെത്തി കണ്ണൂർ എസ് എൻ കോളേജിൽ ബി എസ് സി മൈക്രോ ബയോളജി കോഴ്സിന് ചേർന്നു. അവിടെയും പ്രശ്നം, ലാബും മറ്റു തിരക്കുകളും കാരണം കളിക്കാൻ സമയം കിട്ടുന്നില്ലെന്ന്. അതിനാൽ എക്കണോമിക്സിലേക്ക് മാറ്റേണ്ടി വന്നു. പി ജി കോഴ്സ് വരെ ആറുവർഷം അവൻ എസ് എൻ കോളേജിന്റെ താരമായി. കളിക്കളം നിറഞ്ഞവൻ കളിച്ചു. എസ് എഫ് ഐ നേതൃത്വത്തിലുള്ള കോളേജ് യൂണിയനിൽ സ്പോർട്സ് ക്യാപ്ടനുമായി.

തുള്ളിമുറിയാത്ത കർക്കിടകത്തിലും 25 കിലോമീറ്റർ അകലെയുള്ള കണ്ണൂരിലെ മൈതാനത്തിലേക്ക് പുലർച്ചെ അവൻ കുതിച്ചു. ഇതിനായി അവനൊരു ബൈക്ക് വാങ്ങി നല്കി. ഫുട്ബോളറാകാൻ അവൻ ഏറെ കഷ്ടപ്പെട്ടു. അവനതിന്റെ ഗുണം കിട്ടി എന്നതിലാണ് ഏറെ സന്തോഷം" – വാസു മാഷും നിറഞ്ഞ് ചിരിച്ചു.

കളിക്കാരൻ

ഐ ലീഗിലെ മിന്നുന്ന പ്രകടനമാണ് വിനീതിനെ ജനപ്രീയ താരമാക്കിയത്. മദ്ധ്യനിരയിലും മുന്നേറ്റത്തിലും ഒരുപോലെ തിളങ്ങും. വിവാ കേരളയിലൂടെയാണ് പ്രൊഫഷണൽ ഫുട്ബോളിൽ അരങ്ങേറ്റം. തുടർന്ന് ചിരാഗ് യുണൈറ്റഡിലേക്ക്. 2011-12 സീസണിൽ ചിരാഗിനായി എട്ട് ഗോൾ നേടി വരവറിയിച്ചു.

പ്രയാഗ് യുണൈറ്റഡിലും കളിച്ചശേഷം 2014 ൽ ബംഗളൂരു എഫ് സിയുടെ ഭാഗമായി. ഐ ലീഗിൽ മികച്ച കളിയായിരുന്നു. ഈ പ്രകടനം കണ്ട ബംഗളൂരു വിനീതുമായുള്ള കരാർ നീട്ടി. 2014 ലെ ഐ ലീഗും ഫെഡറേഷൻ കപ്പും ബംഗളൂരു ജയിച്ചപ്പോൾ വിനീതിന്റെ പ്രകടനം നിർണ്ണായകമായി. ഇതിനിടെ കരാർവ്യവസ്ഥയിലെ പ്രശ്നങ്ങൾ കാരണം ബംഗളൂരു കളിക്കാർക്ക് ഐ എസ് എല്ലിന്റെ ആദ്യ പതിപ്പിൽ കളിക്കാനായില്ല. 2015 ൽ ഡ്രാഫ്റ്റിലൂടെ (ലേലത്തിലൂടെയല്ലാതെ) വിനീത് ബ്ലാസ്റ്റേഴ്സിലെത്തി.

രണ്ടാമത്തെ സീസണിലാണ് വിനീത് ശരിക്കും വിനീതായത്. ഒൻപത് കളിയിൽ അഞ്ച് ഗോൾ. നിർണ്ണായക സമയത്തായിരുന്നു ആ ഗോളെല്ലാം. ഗോളടിക്കാൻ വിഷമിക്കുന്ന ഘട്ടത്തിലാണ് വിനീത് രക്ഷനായെത്തിയത്. അതോടെ ബ്ലാസ്റ്റേഴ്സിന്റെ കളിരീതി തന്നെമാറി. കൊച്ചി

യിൽ ഗോവയ്ക്കെതിരെ 90-ാം മിനിറ്റിൽ ബ്ലാസ്റ്റേഴ്സിന്റെ ജയമുറപ്പിച്ച ഗോൾ, പിന്നാലെ ചെന്നൈയിൻ എഫ് സിക്കെതിരെ നാല് മിനിറ്റിന്റെ ഇടവേളയിൽ പായിച്ച രണ്ട് മനോഹര ഗോളുകൾ. നോർത്ത് ഈസ്റ്റ് യുണൈറ്റഡിനെതിരെ വിജയഗോൾ നേടി ടീമിനെ സെമിയിലെത്തിച്ചതും വിനീതിന്റെ മിടുക്ക്. ഫൈനൽവരെ ബ്ലാസ്റ്റേഴ്സ് കുതിച്ചു. നാലാം സീസണിൽ ഈ കണ്ണൂരുകാരനെ ബ്ലാസ്റ്റേഴ്സ് നിലനിർത്തുകയും ചെയ്തു.

ഐ ലീഗിൽ 15 കളിയിൽ ഏഴ് ഗോൾ. സുനിൽ ഛേത്രിക്കൊപ്പം മികച്ച ഗോളടിക്കാരനായി. ഫെഡറേഷൻ കപ്പിൽ രണ്ടെണ്ണം. എ എഫ് സി കപ്പിൽ മൂന്ന്. ഫെഡറേഷൻ കപ്പ് ഫൈനലിൽ ഇറങ്ങുമ്പോഴാണ് ഏജീസുമായി ബന്ധപ്പെട്ട വിവാദങ്ങൾ. അതിനുള്ള മറുപടി കളത്തിൽ കൊടുത്തു. മോഹൻ ബഗാനെതിരെ നേടിയ രണ്ട് ഗോളുകൾ വിനീതിന്റെ മറുപടിയായിരുന്നു. ബംഗളൂരു എഫ് സിയെ ചാമ്പ്യൻമാരാക്കുകയും കളിക്കാരൻ ആത്മാഭിമാനം തെളിയിക്കുകയും ചെയ്ത പ്രകടനം. പകരക്കാരുടെ ബഞ്ചിൽനിന്ന് ഇറങ്ങിയാണ് വിനീത് ഗോളുകൾ തൊടുത്തത്. 'മറ്റു ഗോളുകളെക്കാൾ ഈ രണ്ടെണ്ണത്തിന് മധുരം കൂടുത' ലെന്നായിരുന്നു അന്ന് വിനീതിന്റെ പ്രതികരണം.

2013 ഫെബ്രുവരി ആറിനാണ് വിനീതിന്റെ ദേശീയ കുപ്പായത്തിലെ അരങ്ങേറ്റം. 85-ാം മിനിറ്റിൽ ക്ലീഫോർഡ് മിറാൻഡയ്ക്ക് പകരക്കാരനായി വിനീത് ഗുവാമിനെതിരെ കളത്തിലെത്തി. ആകെ ഏഴ് രാജ്യാന്തരമത്സരങ്ങളിൽ ഇറങ്ങി. ഇന്ത്യൻ ഫുട്ബോൾ പ്ലെയേഴ്സ് അസോസിയേഷന്റെ ജനപ്രിയ കളിക്കാരനുള്ള അവാർഡിലെത്തി നില്ക്കുന്നു ഇപ്പോൾ കാര്യങ്ങൾ.

അമ്മ: ശോഭന. രണ്ടുവർഷം മുമ്പ് കണ്ണൂർ കാടാച്ചിറ സ്വദേശി ശരണ്യയെ വിനീത് ജീവിതസഖിയാക്കി. ജ്യേഷ്ഠൻ ശരത് മുംബൈയിൽ എഞ്ചിനീയറാണ്. ചേട്ടന്റെ കല്യാണം രണ്ടുമാസം മുമ്പാണ് കഴിഞ്ഞത്. ഭാര്യ: ശ്രുതി.

ബ്ലാസ്റ്റേഴ്സിൽ ഉറച്ചതിനാൽ കൊച്ചിയിലൊരു വീടെടുത്ത് സ്ഥിരതാമസമാക്കിയാൽ സൗകര്യമാകില്ലേയെന്ന് കളിയായി ഒരു ചോദ്യമെറിഞ്ഞു. "യേയ് വേണോ - നോക്കണം, പക്ഷേ, അതിനുള്ള കാശൊന്നും അങ്ങനെ കിട്ട്ന്നില്ലപ്പ... അല്ലെ അച്ഛാ"- തീരെ മെലിഞ്ഞ അച്ഛന്റെ വലതുകൈക്കൊരു കടികൊടുത്ത് കൊച്ചുകുട്ടിയെപോലെ വിനീത് കുണുങ്ങി.

കളിക്കാത്തപ്പോൾ:

തന്റെ പ്രീയപ്പെട്ട കാനൻ 5ഡി മാർക്ക് 3 ക്യാമറയുമെടുത്ത് ഒറ്റപ്പോക്കാണ്. വൈൽഡ്‌ലൈഫ് ഫോട്ടോഗ്രാഫിയിലാണ് കമ്പം. വയനാട് കബനിയിൽനിന്നും കടുവയുടെയും ആനയുടെയും മദിപ്പിക്കുന്ന ചിത്രങ്ങൾ താനെടുത്തത് കാട്ടിത്തന്നു. കളിയാരവം ഒഴിയുമ്പോൾ സ്ഥിരം ക്യാമറക്കാരനാകണം എന്നതാണ് ആഗ്രഹം.

വെറും നാടനാണ് മാഷ്

മന്ത്രവാദക്കളങ്ങളിലും മറ്റും ഉറഞ്ഞുതുള്ളുന്നവരുടെ സവിശേഷമായ തോറ്റംപാട്ട് തേടിയാണ് മാഷ് അന്ന് മേപ്പയ്യൂരെത്തിയത്. മന്ത്രങ്ങളൊക്കെയറിയുന്ന ഒരാൾ മേപ്പയൂർ ഭാഗത്തുണ്ടെന്ന് ആരോ പറഞ്ഞറിയാം. അയാളാണെങ്കിൽ പകൽ വീട്ടിൽ കാണില്ല. ടൗണിൽ അമ്പേഷിച്ചപ്പോൾ ചായക്കടയുടെ ചായ്പിൽ അയാളുണ്ട്. നിർബ്ബന്ധിച്ച് അയാളെക്കൊണ്ട് തോറ്റം ചൊല്ലിച്ച്, മാഷ് നോട്ടുപുസ്തകം തുറന്നു. അയാൾ പറയുന്നത് വള്ളിപുള്ളി തെറ്റാതെ എഴുതിയെടുത്തു. ഒപ്പം ടേപ്പ്റേക്കോർഡറും ഓണാക്കി. തോറ്റം മുറുകവെ, അയാൾ തനി മന്ത്രവാദിയായി. ചായ്പിലെ പൊടിക്കളത്തിൽ അയാൾ ഉറഞ്ഞാടി. അതിന്റെ ഉത്തുംഗത്തിൽ അയാൾ ഭൂതാവിഷ്ടനെപ്പോലെ നിലവിളിച്ച് നിലത്തുവീണ് ബോധരഹിതനായി. ചായക്കടയിലെ ആൾക്കാരെല്ലാം ഓടിക്കൂടി. തോറ്റം എഴുതിയെടുക്കാൻനിന്ന മാഷ്, കലയേത്, ജീവിതമേത് എന്ന് തരംതിരിച്ച് രേഖപ്പെടുത്താനാകാതെ നോട്ടുബുക്കിന് മുന്നിൽ തരിച്ചിരുന്നു.

***** **** **** **** *****

ഹൃദയത്തിനും മനസ്സിനുമപ്പുറം ആത്മാവിനെ തൊടുന്ന പുരാവൃത്തങ്ങളുടെ കഥയും യാഥാർത്ഥ്യവും തേടിയലഞ്ഞ വ്യക്തിയാണ് ഡോ. എം വി വിഷ്ണുനമ്പൂതിരി. പയ്യന്നൂർ അന്നൂരിൽ ആചാരങ്ങളും മാമൂലുകളും തിടംകെട്ടി നിന്ന ഇല്ലപ്പറമ്പിൽനിന്നും തുടങ്ങിയ ആ യാത്ര മലയാളത്തിലെ പല പല സർവ്വകലാശാലകളും സാംസ്കാരിക സ്ഥാപനങ്ങളും പിന്നിട്ട് അനുസ്യൂതം മുന്നോട്ടുപോകുകയാണ്. മലയാള സാഹിത്യപഠനത്തിൽ ഉള്ളൂരിനെ പരാമർശിക്കാതെ നമ്മൾക്ക് കടന്നുപോകാനാകാത്തപോലെ, മലയാള സംസ്കാരപഠനത്തിൽ വിഷ്ണുനമ്പൂതിരി മാഷെ കേൾക്കാതെ ആർക്കുംമുന്നോട്ടുപോകാനാകില്ല. ഫോക്കു

ലോർ എന്ന പദത്തിന് സമാനമായി മലയാളത്തിൽ മറ്റൊരുപദം അന്വേഷിക്കുന്ന കാലത്താണ് നാടോടിവിജ്ഞാനം എന്ന പ്രയോഗം നമ്പൂതിരി മാഷ് അവതരിപ്പിക്കുന്നത്. മലയാളത്തിൽ അന്നുവരെ അന്യമായ ഈ പദം 1978 ൽ അദ്ദേഹം എഴുതിയ *നാടോടിവിജ്ഞാനീയത്തിനൊരു മുഖവുര* എന്ന പുസ്തകത്തോടെ പ്രചുരപ്രചാരം നേടി. ഇതിനുശേഷമാണ് മലയാളത്തിൽ ഫോക്കുലോർ പഠനശാഖ തന്നെ മലയാളത്തിൽ വികസിക്കുന്നത്.

ഇല്ലം വിട്ട് ഇല്ലായ്മകളിലേക്ക്

അച്ഛന്റെ ശാന്തിപ്പണിക്കൊണ്ട് മാത്രം വയറുനിറഞ്ഞ കുട്ടികാലമാണ് നമ്പൂതിരി മാഷുടേത്. സവർണ്ണതയുടെ കെട്ടുകാഴ്ചയ്ക്കകത്ത് പട്ടിണിയായിരുന്നു സുഭിക്ഷം. കുന്നരു എലിമെന്ററി സ്കൂളിലേക്കുള്ള യാത്രയിൽ, പഴംപാട്ടും പയ്യാരവും ഇഷ്ടമുള്ള നമ്പൂരിച്ചെക്കന്റെ മനസ്സും ഒപ്പം പോയിരുന്നു എന്ന് ഇപ്പോൾ മാഷ് ഉറപ്പിച്ചു പറയും. മഴക്കാലത്ത് പാടവരമ്പിലൂടെ ഓലക്കുട ചൂടി നടന്നുപോയതും ഞാറുനടുന്ന പെണ്ണുങ്ങൾ പാട്ടിലൂടെ കളിയാക്കി ചിരിച്ചതും ഓർമ്മയുണ്ടിപ്പോഴും. അന്ന് കേട്ടത് വടക്കൻ

ഡോ. എം വി വിഷ്ണുനമ്പൂതിരി

പാട്ടായിരുന്നു. (ചാരൻപാട്ട് എന്നാണ് അതിനെ വിളിക്കേണ്ടത് എന്ന് മാഷ് തിരുത്തും. വടക്കുനിന്നു വന്ന പാട്ട് എന്ന അർത്ഥത്തിലാണത്രെ സാഹിത്യചരിത്രത്തിലും മറ്റും ആ പാട്ടുകളെ അങ്ങനെ വിശേഷിപ്പിച്ചത്) . സ്കൂളിനരികിൽ തന്നെയാണ് മലയൻ പണിക്കരുടെ വീട്. അവിടെ ചെണ്ടകൊട്ടും പാട്ടും എപ്പോഴും കേൾക്കാം. സ്കൂളിന്റെ മറ്റൊരു ഭാഗത്ത് ഓലക്കുട നെയ്യുന്ന കണിശ്ശൻ ഗുരുക്കളുടെ വീട്. അയാൾ കുട തുന്നുമ്പോഴും പാട്ട് പാടി. വരുന്ന വഴിക്ക് അവലിടിക്കുന്നയാളുടെ വീട്ടിൽനിന്നും കേൾക്കും പാട്ടും താളവും. പിന്നെ കൊല്ലപ്പണിക്കാരന്റെ വീട്ടിൽനിന്നും കേട്ടു; കൊട്ടും തട്ടും. വീട്ടിലെത്തിയാൽ ഉണ്ണി നമ്പൂതിരി വീട്ടുകാർക്കൊപ്പം കഥകളി കാണാൻ പോകും. ഭാഗവതം കളിയിൽ അരക്കില്ലം നിർമ്മിക്കാൻപോയ മായന്റെ വേഷമായിരുന്നു നമ്പൂരിച്ചെക്കന് ഏറെ പ്രിയം. കഥകളിയിലെ അത്രയൊന്നും ഗ്ലാമറില്ലാത്ത ആ വേഷമാണ് അന്നും ഇന്നും ഇഷ്ടം. ഇത്തരം തനി നാടൻ കാഴ്ചകളും താളങ്ങളുമായിരിക്കാം, തന്നിലെ ഫോക്കുലോറിസ്റ്റിനെ ഉണർത്തിയത് എന്ന് അദ്ദേഹം ഇന്ന് തിരിച്ചറിയുന്നു.

ഹൈസ്കൂൾ വിദ്യാഭ്യാസവും ടി ടി സിയും മലയാളം വിദ്വാൻ പരീക്ഷയും പൂർത്തിയാക്കി അദ്ധ്യാപകനായി ചേർന്നതോടെയാണ് നാടോടി വിജ്ഞാനത്തിന്റെ സാദ്ധ്യതകളിലേക്ക് മാഷ് തിരിയുന്നത്. 1975 ൽ *മുഖദർശനം* എന്ന പുസ്തകം അതിലേക്കുള്ള പ്രവേശികയായി. ഇന്നിപ്പോൾ 63 കൂറ്റൻ റഫറൻസ് ഗ്രന്ഥങ്ങളാണ് മലയാളസാഹിത്യത്തിന് ഡോ. എം വി വിഷ്ണുനമ്പൂതിരിയുടെ സംഭാവന. മിക്കതും സാഹിത്യ - സംസ്കാര പഠന സഹായികളും അതിലെ അവസാനവാക്കുമാണ്. ഇന്ത്യൻ ഭാഷകളിൽ ഒരുവ്യക്തി ഒറ്റയ്ക്ക് നിഘണ്ടുനിർമ്മാണം പൂർത്തിയാക്കിയ റെക്കോഡ് ചിലപ്പോൾ മാഷിനായിരിക്കും. *ഫോക്കുലോർ നിഘണ്ടു* എന്ന ഈ ബൃഹദ്ഗ്രന്ഥം 1989 ൽ ഭാഷാ ഇൻസ്റ്റിറ്റ്യൂട്ടാണ് പുറത്തിറക്കിയത്. ഇപ്പോഴും തനിക്ക് പരിചയമില്ലാത്ത വാക്കുകേട്ടാൽ അത് കുറിച്ചെടുത്ത് പേർത്തും പേർത്തും വിഗ്രഹിച്ച് അർത്ഥമുറപ്പിക്കും മാഷ്; തന്റെ നിഘണ്ടുവിൽ ചേർക്കാൻ.

തോറ്റങ്ങളെ തേടുന്നു

ഫോക്കുലോർ ഗവേഷണത്തിൽ ഏറ്റവും പ്രധാനമായത് ഫീൽഡ് വർക്കാണ്. നാടൻ അറിവുകളെ, ഗുരുമുഖത്തുനിന്നുതന്നെ ശേഖരിക്കുക എന്ന ക്ലിഷ്ടതയാർന്ന പ്രവർത്തനമാണത്. തെയ്യങ്ങളുടെ തോറ്റംപാട്ടിലാണ് വിഷ്ണുനമ്പൂതിരി പി എച്ച് ഡി നേടുന്നത്. ഉത്തരകേരളത്തിലെ തെയ്യക്കാവുകളിൽ അനുസ്യൂതം അദ്ദേഹം നോട്ടുപുസ്തകവുമായി അലഞ്ഞു. അനുഷ്ഠാനം എന്നതിലുപരി തങ്ങളുടെ ആത്മാവ് പകുത്തുകൊടുത്താണ് ഒരാൾ തെയ്യമാകുന്നത്. അതുകൊണ്ടുതന്നെ അവർ അനുഷ്ഠാന സമയങ്ങളിൽ ചൊല്ലുന്ന തോറ്റങ്ങളെല്ലാം യാന്ത്രികമായി ആവശ്യപ്പെട്ടാൽ രേഖപ്പെടുത്താൻ കിട്ടണമെന്നില്ല; മറിച്ച് അവരിലൊരാളായി മാറാൻ കഴിയണം. അദ്ദേഹം രേഖപ്പെടുത്തിയ തോറ്റങ്ങളുടെ എണ്ണം പറയും; മാഷിന്റെ സവർണ്ണജീവിതം കീഴാള സ്വത്വവുമായി എത്രമേൽ ഇഴപിരിഞ്ഞുകിടന്നുവെന്ന്.

സ്കൂളിൽ പഠിക്കുമ്പോൾത്തന്നെ പുറത്തുനിന്നും ചായയൊക്കെ കഴിക്കാനുള്ള ധൈര്യം മാഷ് കാട്ടിയിരുന്നു. ദാരിദ്ര്യം മാത്രം ഭക്ഷിച്ച വീട്ടിൽ അതൊന്നും വിഷയമേയായിരുന്നില്ല. വീട്ടിൽ കയറുമ്പോൾ കുളിച്ചുകയറണമെന്ന നിബന്ധന മാത്രം. തൃക്കരിപ്പൂരിലെ പരേതനായ നർത്തകരത്നം കണ്ണൻ പെരുവണ്ണാനിൽനിന്ന് മാഷ് ഏറെ തോറ്റം പാട്ടുകൾ ശേഖരിച്ചു. പെരുവണ്ണാൻ ഹൃദ്യമായി സ്വീകരിച്ചിരുത്തും. ഉപചാരങ്ങൾ ചൊല്ലും. പക്ഷേ; ആ വീട്ടിൽനിന്നും മാഷിന് തുള്ളിവെള്ളം പോലും കുടിക്കാൻ കൊടുക്കാനുള്ള 'ധൈര്യം' പെരുവണ്ണാനുണ്ടായിരുന്നില്ല എന്ന് മാഷ് രസകരമായി ഓർക്കുന്നു. മറ്റൊന്നും കൊണ്ടല്ല; 'തമ്പ്രാന് കാടിവെള്ളം കൊടുക്കുന്ന' അധാർമ്മികത പെരുവണ്ണാന്റെ യുക്തിക്ക് ഒരുകാലത്തും യോജിച്ചില്ല. വീട്ടിൽനിന്നും കുപ്പിയിൽ വെള്ളം കൊണ്ടുപോയി കുടിച്ച് വയർ നിറച്ച്, പെരുവണ്ണാൻ പറഞ്ഞ 'ആഖ്യാന സ്വ

ഭാവമുള്ള അലൗകിക കഥകൾ' നിറയെ കേട്ടു. കതിവന്നൂർ വീരന്റെയും ഊർപ്പഴശ്ശിയുടെയും തോറ്റങ്ങൾക്ക് ലിഖിതരൂപം വരുന്നത് ഇങ്ങനെയാണ്. വേങ്ങര ഗോപിപ്പണിക്കർ, കുഞ്ഞിമംഗലം ചന്തു പഴുത്തടവൻ, ബേളൂർ അപ്പു, മാട്ടൂൽ കാഞ്ഞൻ പൂജാരി, പഴയങ്ങാടി പുതിയില്ലത്ത് നമ്പൂതിരി... നാടോടി വിജ്ഞാനങ്ങൾ തേടി മാഷ് പിന്തുടർന്നവരുടെ നിര അവസാനിക്കുന്നില്ല. പുലി മറഞ്ഞ തൊണ്ടച്ചന്റെ തോറ്റം നിർത്താതെ പാടുമ്പോൾ കാഞ്ഞൻ പൂജാരി കണ്ണീരൊഴുക്കും. പാട്ടിന്റെ ഒഴുക്കിന് തടസ്സം വരാതിരിക്കാൻ അതെല്ലാം ടേപ്പ് റെക്കോർഡറിൽ പകർത്തും. അർത്ഥം തെളിയാത്തവ പിന്നീട് ചോദിച്ച് മനസ്സിലാക്കും. അഞ്ഞൂറോ ആയിരമോ വർഷത്തിലധികം പഴക്കമുള്ള വാമൊഴികൾ അങ്ങനെയൊക്കെയാണ് വരമൊഴികളാകുന്നത്. കാഞ്ഞൻ പൂജാരി മാഷിനെ ഇളയ സഹോദരനെപ്പോലെയാണ് കണ്ടത്. അവസാനകാലമാകുമ്പോഴേക്കും പൂജാരിയുടെ വീട്ടിൽനിന്നും മാഷിന് ഭക്ഷണമൊക്കെ കിട്ടിത്തുടങ്ങി. അതിനുള്ള 'ധൈര്യ'മൊക്കെ കാഞ്ഞന് വന്നുഭവിച്ചു എന്ന് മാഷ്.

കേരളമൊട്ടുക്കും സഞ്ചരിച്ച് നാടൻപാട്ടുകൾ, കടംകഥകൾ, പഴഞ്ചൊല്ലുകൾ, വാങ്മയങ്ങൾ തുടങ്ങിയവ അദ്ദേഹം ശേഖരിച്ചു. തെയ്യത്തോറ്റം, പൂരക്കളി, കോൽക്കളിപ്പാട്ടുകൾ, തീയാട്ടുപാട്ട്, മന്ത്രവാദപ്പാട്ട്, തിരുവാതിരപ്പാട്ട്, വടക്കൻപാട്ട്, പുലയപ്പാട്ട്, പുള്ളുവപ്പാട്ട്, മുടിപ്പുരപ്പാട്ട്, സർപ്പപ്പാട്ട്, തെയ്യംപാടിപ്പാട്ട്, തീയാട്ടുപാട്ട്, ഐവർകളിപ്പാട്ട്, ചിമ്മാനക്കളിപ്പാട്ട്, കെന്തോൻപാട്ട്, ബലിക്കളപാട്ട്... ഇങ്ങനെ അസംഖ്യം പാട്ടുകൾ; നമ്മുടെ തനത് സംസ്കാരം തൊട്ടിലാടിയത് ഇങ്ങനെയൊക്കെയുള്ള പാട്ട് കേട്ടിട്ടാവണം.

ഗവേഷകനും സഹായിയും

മലയാളത്തിൽ പി ഗോവിന്ദപ്പിള്ളയാണ് ഫോക്കുലോറിൽ കൈവച്ച ആദ്യപഥികരിൽ ഒരാൾ. അദ്ദേഹം വഴിമാറി ചിന്തിച്ചുതുടങ്ങിയപ്പോൾ ആദ്യന്തം നാടോടിമനസ്സുമായി നമ്പൂതിരി വിഷ്ണുനമ്പൂതിരി മാഷ് സഞ്ചരിച്ചു. കോഴിക്കോട് ദേശാഭിമാനി സ്റ്റഡി സർക്കിളുമായി ബന്ധപ്പെട്ട് എം എൻ കുറുപ്പും ഐ വി ദാസും ജി ശങ്കരപ്പിള്ളയും മറ്റും നല്കിയ പിന്തുണ അദ്ദേഹത്തിലെ ഫോക്കുലോർ ചിന്തകനെ പ്രചോദിപ്പിച്ചു.

ദീർഘകാലം രാമന്തളി ഹൈസ്കൂളിൽ അദ്ധ്യാപകനായി ജോലി നോക്കി. മണത്തണ ഹയർസെക്കന്ററി സ്കൂളിൽനിന്ന് പ്ലസ്ടു അദ്ധ്യാപകനായി 1995 ൽ വിരമിച്ചു. 1978 ൽ ഫോക്കുലോറിൽ കേരള സർവ്വകലാശാലയിൽ ഗവേഷണം ചെയ്യാൻ വന്ന വിഷ്ണുനമ്പൂതിരിക്ക്, അന്നതൊരു പാഠ്യവിഷയമല്ലാത്തതിനാൽ, മലയാളസാഹിത്യത്തിലാണ് അനുമതി ലഭിച്ചത്. തെയ്യംതോറ്റമെന്ന സാഹിത്യത്തെ പഠിച്ചാണ് അദ്ദേഹം പ്രബന്ധം സമർപ്പിക്കുന്നത്. മുന്നൂറിലധികം തെയ്യങ്ങളുടെ വിവിധതരം തോറ്റങ്ങൾ അദ്ദേഹം ഇതിനായി പഠിച്ചു. തെയ്യം കെട്ടുന്നവരുടെ വീ

ട്ടിൽ അന്തിയുറങ്ങി. ഇന്നിപ്പോൾ 25 പേർ മാഷിന്റെ സഹായത്തോടെ ഫോക്കുലോറിൽ ഗവേഷണം പൂർത്തിയാക്കിയിട്ടുണ്ട്. കാലിക്കറ്റ്, കണ്ണൂർ, സംസ്കൃത സർവ്വകലാശാല എന്നിവിടങ്ങളിൽ റിസർച്ച് ഗൈഡായും പ്രവർത്തിച്ചു. അദ്ദേഹത്തിന്റെ *ഗവേഷണപ്രവേശിക* (2001) എന്നഗ്രന്ഥം ഫോക്കുലോർ ഗവേഷകർക്കുള്ള കൈപ്പുസ്തകമാണ്.

വടക്കൻപാട്ടുകളെന്ന ചാരൻപാട്ടുകളെ എട്ടായി തിരിച്ച് എഴുന്നൂറു പേജ് വീതമുള്ള നാല് വോള്യങ്ങൾ ഈ വർഷം പുറത്തിറക്കി. എം ജി സർവ്വകലാശാലയും ഡി സി ബുക്സും ചേർന്നാണ് ഇത് പ്രസിദ്ധീ കരിച്ചത്. പാട്ടുകളുടെ ആത്മാവ് താളമാണ്. ഈ പാട്ടായ പാട്ടുകളൊ ക്കെ എന്തെന്ത് സംഗീതം ഉൾക്കൊള്ളുന്നുണ്ടാകണം എന്ന ചിന്തയിലാ ണ് നാടൻസംഗീതത്തിന്റെ പ്രാമാണികഗ്രന്ഥം തയ്യാറാക്കാൻ അദ്ദേഹം മുതിർന്നത്. നാനാജാതി വിഭാഗങ്ങളുടെ കലയിലെ സംഗീതം പകർ ത്തി ശബ്ദലേഖകനായും അദ്ദേഹം മാറി. നൊട്ടേഷനുകൾ രേഖപ്പെടു ത്തിവച്ചു. ജനസംസ്കാര പഠനത്തിന്റെ ഭാഗമായി പരിഗണിക്കാവുന്ന മാന്ത്രിക വിജ്ഞാനത്തിലും അദ്ദേഹം കൈവച്ചു. മാജിക്‌ലോർ എന്ന ആശയം വച്ച് എഴുതിയ ഈ പുസ്തകവും ജനജീവിതവുമായി ബന്ധപ്പെട്ടതാണെന്ന് അദ്ദേഹം സമർത്ഥിച്ചു. സ്ഥാലനാമചരിത്രം ഒരു ശാഖയായി ഫോക്കുലോറിൽ ഇപ്പോൾ വികസിച്ചുവരുന്നുണ്ട്. എന്നാൽ നാമചരിത്രം വേറിട്ട ഒന്നാണ്. നാമശബ്ദങ്ങളെ കുറിച്ചുള്ള ശാസ്ത്രീ യവും ആധികാരികവുമായ ഗ്രന്ഥവും മാഷ് എഴുതി. *ഫോക്കുലോറും നാമപഠനവും* എന്ന ഗ്രന്ഥം ഇന്ത്യൻഭാഷകളിൽ ഈ വിഭാഗത്തിൽ ആദ്യ ത്തേതാണ്.

കേരള സാഹിത്യ അക്കാദമി എൻഡോവ്മെന്റും പി കെ കാളൻ പുരസ്കാരവും അടക്കം നിരവധി അംഗീകാരങ്ങൾ ലഭിച്ച മാഷിന് കഴി ഞ്ഞയാഴ്ച അബുദാബി ശക്തി അവാർഡും ലഭിച്ചു. 2001 മുതൽ 2004 വരെ കേരള ഫോക്കുലോർ അക്കാദമിയുടെ ചെയർമാനായി പ്രവർ ത്തിച്ചു.

ഇപ്പോഴും വറ്റാത്തതാണ് നമ്പൂതിരി മാഷിന്റെ വിജ്ഞാനദാഹം. ചിന്തകൾ പാറുന്നത്തിനൊപ്പം അനാരോഗ്യംമൂലം ശരീരം എത്തുന്നി ല്ലെന്ന് അദ്ദേഹം പരിഭവം പറയും. അദ്ദേഹം നീട്ടിത്തന്ന പുസ്ത കങ്ങളിലെ അറിവിന് പക്ഷേ, നിറയൗവനം പൂത്തുലയുന്നുണ്ടല്ലോ...

അദ്ദേഹം കണ്ടെത്തിയ മനോഹരമായ കടങ്കഥ പാടി ഈ കുറിപ്പ് നിർത്താം:

വൈക്ക് നിക്കല്ലെ കൊമ്പത്തു കണ്ണാ,
കയ്മ്മല് മൂക്കനാര് വരുന്നുണ്ട്പോലും
ആര് പറഞ്ഞത് പള്ളയ്ക്കു കണ്ണാ
വായിലെ നാവും വയറ്റിൽ കൊടലും
ഇല്ലാത്തവര് പറഞ്ഞോണ്ട് പോണ്

(കൊമ്പത്തു കണ്ണൻ - അട്ട, കയ്മ്മല് മൂക്കനാര് - ആന, പള്ളയ്ക്കു കണ്ണൻ- ഞണ്ട്, വായിലെ നാവും വയറ്റിൽ കൊടലും ഇല്ലാത്തവര്- ചെണ്ട)

ജോൺ മാഷും കുട്ട്യോളും

സർക്കാർ ജോലിയിൽനിന്നും വിരമിച്ച ഒരാളോട് നമുക്ക് പെട്ടെന്ന് എന്തെല്ലാം വിശേഷങ്ങൾ ചോദിക്കാം? കുടുംബമൊക്കെ സെറ്റിൽ ആയോ? ഇനി സ്വസ്ഥം വീട്ടിൽ വിശ്രമമായിരിക്കും? പെൻഷൻ കാശൊക്കെ എങ്ങനെ ചെലവിടുന്നു? ശാരീരിക പ്രശ്നങ്ങളൊന്നുമി ല്ലല്ലോ... ഇങ്ങനെ ചോദിച്ചു തുടങ്ങിയാൽ, ഉള്ള പെൻഷൻകാരെല്ലാ വർക്കും എതാണ്ട് ഒരേപോലുള്ള മറുപടിയായിരിക്കും പറയാനുള്ളത്. സർക്കാർ പതിച്ചുതന്ന വിശ്രമജീവിതത്തിന്റെ പങ്കും പങ്കപ്പാടും അവർ ചർച്ച ചെയ്യട്ടെ. നമുക്ക് ഇതേ ചോദ്യവുമായി പത്തനംതിട്ട അടൂർ ഏനാ ത്തിലെ തോട്ടത്തിൽ ഉമ്മൻ ജോൺ എന്ന ടി ഒ ജോണിനെ സമീപിക്കാം. അദ്ദേഹം ഇപ്പോഴുള്ളത് കാസർകോട് ജില്ലയിലെ ബോവിക്കാനത്തെ, മുളിയാർ പഞ്ചായത്ത് എൻഡോസൾഫാൻ ബഡ്സ് സ്കൂളിലാണ്. എൺ പത്തൊന്നു വയസ്സിന്റെ ചുറുചുറുക്കിൽ അദ്ദേഹം തരുന്ന മറുപടിയാണ് ഈ കുറിപ്പ്. അൻപതോളം പേർ പഠിക്കുന്ന ഈ എൻഡോസൾഫാൻ സ്പെഷ്യൽ സ്കൂളിലെ കലപില ശബ്ദങ്ങൾക്കിടയിലാണ് ജോൺ മാഷ് ജീവിതം പറയുന്നത്. അന്ധവിദ്യാലയത്തിലെ ദീർഘകാലത്തെ സേവ നത്തിന് ശേഷം വിരമിച്ചപ്പോൾ, സ്പെഷ്യൽ സ്കൂളുകളിൽ സ്പെഷ്യ ലായി തനിക്ക് എന്ത് തുടർന്ന് നല്കാനാകുമെന്ന് നിരന്തരം പരീക്ഷിച്ചു നോക്കുന്ന അദ്ധ്യാപകനാണിദ്ദേഹം.

മുകുളങ്ങൾ (ബഡ്സ് സ്കൂൾ)

‘‘തുമ്പപ്പൂവിന് കല്യാണം, തുമ്പികളെത്തി വിരുന്നുണ്ണാൻ
പുടവയുമായിട്ടുടനെ വരും കരിവണ്ടാണെ മണവാളൻ
അമ്പിളി മാമനൊരുക്കിയ പന്തലിൽ ഇന്ന് വെളുപ്പിന് കല്യാണം

താലോലം കിളി താലമെടുത്തു, കുരുവികൾ ചേർന്നൊരു കുരവ യിട്ടു"-

അവിടുത്തെ പാട്ടുകാരായ ഉണ്ണികൃഷ്ണനും രഘുവും നീട്ടിപ്പാടി. ഒപ്പം അന്ന് ക്ലാസിലെത്തിയ മുപ്പതോളം പേരും. ജോൺ മാഷാണ് അവർക്കീ പാട്ടുപഠിപ്പിച്ചത്. മാഷ് എന്നും വന്ന് പാട്ടുപാടാൻ പറയും, അതിനൊത്ത് അവരെല്ലാം താളമിടും. സ്വന്തം ജീവിത്തിന്റെ താളം എന്നെ ന്നേക്കുമായി നഷ്ടപ്പെട്ട, മാനസിക വെല്ലുവിളി നേരിടുന്ന ആ സ്കൂളിൽ പുതിയ പുതിയ താളമാകുകയാണ് ജോൺ മാഷ്. എൺപത്തൊന്നു കാരനായ, അവിവാഹിതനായ അദ്ദേഹം ബോവിക്കാനം തേജസ്സ് കോളനി യിൽനിന്നും പാട്ടുമായി വന്നു തുടങ്ങിയിട്ട് നാളേറേയായി. ബോവിക്കാ നത്തെ മുളിയാർ പഞ്ചായത്ത് ഓഫീസിനരികിൽ പ്രവർത്തിക്കുന്ന ബഡ്സ് സ്കൂളിൽ, പഞ്ചായത്തുകാർ നിയമിച്ച അദ്ധ്യാപകരുണ്ട്. അവർ ക്കൊപ്പം സ്വയം നിയമിതനായ ജോൺ മാഷും. ഉമിനീർ ഉറ്റിവീഴുന്ന പുഞ്ചിരിയും കൈകോർക്കാൻ ആയുന്ന ഇടറുന്ന കൈത്തലവും മാത്രമാണ് മാഷിന് കിട്ടുന്ന പ്രതിഫലം. അതുകൊണ്ടാവണം, അസുഖം ബാധിച്ച് കിടപ്പിലായ അല്പകാലമൊഴിച്ച്, 2011 മുതൽ എല്ലാസമയവും മാഷ് ഈ സ്കൂളിലെത്തുന്നുണ്ട്.

ജോൺ മാഷ്

വിദ്യാനഗറിലെ കാസർകോട് സർക്കാർ അന്ധവിദ്യാലയത്തിൽ ദീർ ഘകാലം അദ്ധ്യാപകനായ ജോൺ, 1991 ൽ തിരുവനന്തപുരം ജഗതി അന്ധവിദ്യാലയത്തിൽ നിന്നാണ് വിരമിക്കുന്നത്. 1978 മുതൽ 1990 വരെ കർമ്മഭൂമിയായ കാസർകോട് അപ്പോഴും അദ്ദേഹത്തെ വിളിക്കുന്നുണ്ടാ യിരുന്നു. ഇതാണ്, വിരമിച്ചിട്ടും ജന്മനാടായ പത്തനംതിട്ടയിലേക്ക് പോകാതെ അദ്ദേഹം കാസർകോട്ടേക്ക് തന്നെ മടങ്ങിയത്. എൻഡോ

സൾഫാൻ കെടുതിയുടെ സവിശേഷ പ്രശ്നങ്ങളുള്ള ജില്ലയിൽ, തനിക്ക് ഇനിയാണ് ഏറെ ചെയ്യാനുള്ളത് എന്ന തിരിച്ചറിവിലാണ്, മുളിയാർ പഞ്ചായത്തിന്റെ ബഡ്സ് സ്കൂളിലെത്തുന്നത്. സ്കൂളിനടുത്തുതന്നെ വീടും സ്ഥലവും വാങ്ങി പാർപ്പുമായി. മുളിയാർ പഞ്ചായത്തുകാർ എൻഡോസൾഫാൻ പുനരധിവാസ ബഡ്സ് സ്പെഷ്യൽ സ്കൂൾ തുടങ്ങാൻ ആലോചിക്കുമ്പോൾ തന്നെ അതിന്റെ മുമ്പന്തിയിൽ മാഷുണ്ടായിരുന്നു. അദ്ധ്യാപകനായി തന്നെയും ഉൾപ്പെടുത്തണമെന്ന നിർദ്ദേശത്തോടെ. മാഷുണ്ടായേ പറ്റൂവെന്ന പഞ്ചായത്ത് ഭരണസമിതിയുടെ താല്പര്യം കൂടിയായപ്പോൾ, പ്രതിഫലമൊന്നും വാങ്ങാത്ത, മാഷിന്റെ പാട്ടുപഠിത്തം ഉയരെ ഉയർന്നുപൊങ്ങി.

അദ്ധ്യാപനം എന്ന ആനന്ദം

'ആനന്ദ്' എന്നാണ് മാഷിന്റെ ബോവിക്കാനത്തുള്ള വീടിന്റെ പേര്. ഭിന്നശേഷിയുള്ള കുട്ടികൾക്കൊപ്പം മാഷ് ആനന്ദം കൊള്ളാൻ തുടങ്ങിയിട്ട് 45 കൊല്ലമായി. 1958 ൽ തൃശൂർ പട്ടിക്കാട് സ്കൂളിൽ സാധാരണ അദ്ധ്യാപകനായാണ് ജീവിതം തുടങ്ങിയത്. 69 വരെ അവിടെ തുടർന്നു. അപ്പോഴാണ്, സ്പെഷ്യൽ സ്കൂളിൽ പ്രവർത്തിക്കാൻ തയ്യാറുള്ള അദ്ധ്യാപകരെ തേടി ജില്ലാ വിദ്യാഭ്യാസ ഓഫീസറുടെ സർക്കുലർ വരുന്നത്. സ്വസ്ഥമായ അദ്ധ്യാപക ജോലി കൈവിട്ട് പുതിയ പരീക്ഷണങ്ങളിലേക്കായി മാഷിന്റെ യാത്ര. തുടർന്ന് തിരുവനന്തപുരത്ത് സ്പെഷ്യൽ സ്കൂൾ ടീച്ചർ പരിശീലനം. അവിടെ തന്നെ അദ്ധ്യാപകജോലി. പിന്നീട് കുന്നംകുളം അന്ധവിദ്യാലയത്തിലേക്ക് മാറി. അവിടെ നിന്നാണ്, 1978 ൽ മാഷിന്റെ പുതിയ കർമ്മകാണ്ഡത്തിന് കാരണമായ കാസർകോട്ടെത്തുന്നത്. ആ വരവിലുമുണ്ട്, ഒരു ജോൺ ടച്ച്. കുന്നംകുളം സ്കൂളിലെ സൗദാമിനി ടീച്ചർക്കാണ് കാസർകോട് അന്ധവിദ്യാലയത്തിലേക്ക് സ്ഥലം മാറ്റം ആദ്യം കിട്ടുന്നത്. കുടുംബവും പ്രാരാബ്ദ്ധവുമായി കഴിയുന്ന സൗദാമിനി ടീച്ചർ ആകെ ബേജാറായി. വേറിട്ട പാതയിലൂടെ സഞ്ചരിക്കാൻ വെമ്പുന്ന ജോൺ മാഷ്, ടീച്ചറുടെ സ്ഥലം മാറ്റം സ്വയം ഏറ്റുവാങ്ങി കാസർകോട്ടേക്ക് വണ്ടി കയറി.

വിദ്യാനഗറിലുള്ള അന്ധവിദ്യാലയത്തിൽ പഠിപ്പിക്കുമ്പോൾത്തന്നെ മാഷ്, പ്രത്യേക പരിഗണന വേണ്ടവരുടെ സാമൂഹ്യപ്രശ്നങ്ങൾ ഏറ്റെടുത്തു തുടങ്ങി. കാസർകോട് ചെർക്കളയിൽ മാർത്തോമ സഭയുടെ ആഭിമുഖ്യത്തിലുള്ള ബധിര - മൂക സ്കൂൾ സ്ഥാപിക്കാൻ മുന്നിട്ടിറങ്ങി. സംസ്ഥാനത്തെതന്നെ പ്രമുഖ സ്പെഷ്യൽ സ്കൂളാണ്, കോളേജ് കൂടി തുടങ്ങിയ ഈ സ്ഥാപനമിപ്പോൾ. മർത്തോമ സ്കൂളിന്റെ ക്യാമ്പസിലായിരുന്നു അക്കാലത്ത് താമസം. മികച്ച പ്രവർത്തനത്തിന് 1985 ൽ സംസ്ഥാന അദ്ധ്യാപക അവാർഡ്, '98 ൽ കാഞ്ഞങ്ങാട് നഗരസഭയുടെ മികച്ച സാമൂഹ്യപ്രവർത്തകനുള്ള അവാർഡ്, 2001 ൽ മാർത്തോമാ സഭയുടെ മാനവസേവാ പുരസ്കാരം എന്നിവ മാഷിന് ലഭിച്ചു. ഇതി

നെല്ലാമപ്പുറം വെറും പത്തനംതിട്ടക്കാരനായ തനിക്ക്, ബോവിക്കാനത്ത് ഇപ്പോൾ ലഭിക്കുന്ന അംഗീകാരത്തെ ഏത് പുരസ്കാരത്തിൽ പെടുത്തു മെന്നാണ് മാഷ് ചോദിക്കുന്നത്.

പാതിയിൽ നിർത്തിയ ട്യൂഷൻ ക്ലാസ്

വേരാഴ്ത്തിയ ശേഷം അവിടെത്തന്നെ തുടരുന്ന ശീലം മാഷ്ക്കില്ല. പുതുവേരുകൾ തേടണം എന്ന നിർബ്ബന്ധമുണ്ട് താനും. സർക്കാർ അന്ധവിദ്യാലയവും മർത്തോമ സ്കൂളും വിട്ട്, അദ്ദേഹം കാസർകോട് നിന്ന് 15 കിലോമീറ്റർ അകലെയുള്ള ബോവിക്കാനത്ത് എത്തുന്നത് അങ്ങനെയാണ്. പത്തനംതിട്ടയിലുള്ള സഹോദരന്റെ കൊച്ചുമക്കളുടെ സഹായത്തോടെ ബോവിക്കാനത്ത് വീടെടുത്തു. വീട്ടിൽ വൃദ്ധമന്ദിരം തുടങ്ങാനുള്ള പ്ലാനായിരുന്നു. സംഭവമറിഞ്ഞ കൊച്ചുമക്കൾ പിന്തിരിപ്പിച്ചു. 'യുവാവായ' കൊച്ചപ്പൻ വൃദ്ധർക്കൊപ്പം ചേർന്ന് വയസ്സനാകരുത് എന്നവർക്ക് നിർബ്ബന്ധമുണ്ടായിരുന്നു. അതോടെയാണ് സൗജന്യ ട്യൂഷൻ സെന്റർ എന്ന ആശയം മനസ്സിലുദിച്ചത്. വീട്ടുകാർക്കും സമ്മതം. ഇതിന്റെ പ്രവർത്തനത്തിനായി ആരോടും പണം ചോദിക്കില്ല. തന്റെ പെൻഷൻ കാശ് ഇതിനായി ചെലവിടും തുടങ്ങിയ നിബന്ധനകളോടെ ക്ലാസ് തുടങ്ങി. തൊട്ടടുത്തുള്ള ബോവിക്കാനം എ യു പി സ്കൂളിലെ അഞ്ചുമുതൽ ഏഴുവരെയുള്ള 12 കുട്ടികൾക്കാണ് ട്യൂഷൻ. അവർക്ക് രാവിലെയും വൈകിട്ടും ഭക്ഷണവും ട്യൂഷനും നല്കും. ഉച്ചഭക്ഷണം സ്കൂളിൽനിന്ന്. സംഗതി ഏറ്റു. 5, 6, 7 ക്ലാസുകളിൽ പഠിക്കുന്ന കുട്ടികളുടെ മൂന്നു ബാച്ചുവിതം ജോൺമാഷിന്റെ ക്ലാസിൽനിന്നും പഠിച്ചിറങ്ങി. ഇവരിലെ ആദ്യ ബാച്ചുകാർ ഇപ്പോൾ ബിരുദ ലെവലിലെത്തി. എഞ്ചിനീയറിങ്, നഴ്സിങ് തുടങ്ങിയ കോഴ്സിന് പഠിക്കുന്നവരുമുണ്ടിതിൽ.

ശരാശരി പഠനനിലവാരമുള്ള, താഴ്ന്ന സാമ്പത്തിക നിലയിലുള്ള, ജാതി – മത പരിഗണന കൂടാതെയാണ് മാഷ് സൗജന്യ ട്യൂഷൻ സെന്ററിലേക്ക് കുട്ടികളെ എടുത്തത്. ഇതിനായുള്ള ലിസ്റ്റ് സ്കൂൾ ഹെഡ്മാസ്റ്റർ കെ ദാമോദരൻ കൈമാറും. ലിസ്റ്റിലുള്ള കുട്ടികളുടെ വീട്ടിൽ മാഷ് നേരിട്ട് ചെന്ന് രക്ഷിതാക്കളോട് സംസാരിച്ച് ക്ലാസിലെത്തിക്കും. പ്രശസ്തമായ ആ ട്യൂഷൻ ക്ലാസ് പോയവർഷം പാതിവഴിയിൽ നിർത്തേണ്ടി വന്നു. കുട്ടികൾക്ക് പ്രാതലിനുള്ള ഇഡ്ഡലി ഉണ്ടാക്കുന്നതുനിടയിൽ കുഴഞ്ഞു വീണ മാഷ്, ആശുപത്രിയിലായി. ഭാരിച്ച ജോലി ചെയ്യരുതെന്ന ഡോക്ടർമാരുടെ കർശന നിർദ്ദേശത്തെ തുടർന്ന് ട്യൂഷൻ ക്ലാസ് പാതിവഴിയിൽ നിർത്തി. കുട്ടികൾ ഇരുന്നുപഠിച്ച ബഞ്ചും ഡസ്ക്കും ഇപ്പോഴും മാഷിന്റെ വീട്ടുമുറ്റത്തെ ഷീറ്റിട്ട പന്തലിനടിയിലുണ്ട്. കുട്ടികൾക്ക് ചൂടേല്ക്കാതിരിക്കാൻ പന്തലിലേക്ക് പടത്തി വിട്ട മുല്ലപ്പൂ ഇത്തവണയും പൂത്തു. കുട്ടികൾക്കായല്ല; ജോൺ മാഷിന് വേണ്ടി.

കുട്ടികൾ വിളിക്കുന്നു

ജന്മനാടായ പത്തനംതിട്ടയിലേക്ക് കല്യാണം, മരണം തുടങ്ങിയ അത്യാവശ്യ ചടങ്ങുകൾക്ക് മാത്രം പോകും. പ്രായമായില്ലേ തുണയ്ക്കാരുണ്ട് എന്ന് ചോദിച്ചാൽ, മാഷ് നീട്ടി ചിരിക്കും. ഏത് കിടപ്പിലും എനിക്ക് സഹായം നല്കാൻ എത്തുന്ന അയല്ക്കാരുണ്ട്. ഏത് പാതിരാവിലും അവർ എന്നെ ആശുപത്രിയിലെത്തിക്കും. ഏത് അന്തിക്കും എനിക്കവർ ഭക്ഷണം കൊണ്ടുവരും. പിന്നെ ഏത് ആവശ്യത്തിനും ഇവിടെ പറന്നെത്തുന്ന കൊച്ചുമക്കളും എനിക്കുണ്ട്.

"മുമ്പേ പറന്നൂ വണ്ടത്താൻ, മെല്ലെ കൊഴിഞ്ഞു തുമ്പപ്പൂ..."

നാം ആദ്യം കേട്ട പാട്ടിന്റെ അവസാന വരി ജോൺ മാഷ് ഇങ്ങനെ കുട്ടികൾക്ക് പാടിക്കൊടുത്തു. ആ കുട്ടിക്കവിതയുടെ അവസാന വരി മാഷ് ചമച്ചതാണ്. വണ്ടത്താൻ ഗൾഫുകാരനാണത്രെ. തുമ്പപ്പൂവിനോട് പിന്നീട് വരാമെന് പറഞ്ഞ് വണ്ട് സ്ഥലം വിട്ടു. പ്രതീക്ഷകളോടെ തുമ്പപ്പൂ പാതി കണ്ണുകളടച്ച് കാത്തിരിക്കുകയാണ്- മാഷ് പറഞ്ഞു നിർത്തിയപ്പോൾ കുട്ടികൾ ചിരിച്ചുകൊണ്ട് കൂട്ടത്തോടെ കൈയടിച്ചു. അവരുടെ പ്രതീക്ഷയുടെ കൈയകലത്ത് പുതിയ പാട്ടുമായി മാഷുണ്ട്. വിഷമഴയിൽ അവരുടെ പലരുടെയും കണ്ണുകളും പാതിയടഞ്ഞിട്ടുണ്ട്. പക്ഷേ, അവിടെ ജോൺ മാഷെന്ന പ്രതീക്ഷ നിരന്തരം പൂക്കുന്നുമുണ്ട്...

കണ്ണിന്റെ സോഫ്റ്റ്‌വെയർ

ഹൈസ്കൂളിന്റെ ഹെഡ്മാസ്റ്റർ പദവിവരെയെത്തി. പ്രായം അൻപത് കഴിയുന്നു. എന്നിട്ടും സത്യശീലൻ മാഷ് *ഇന്ദുലേഖ* വായിച്ചു തീർത്തത് ഈയടുത്ത കാലത്ത്. കവിതാപ്രേമിയായിട്ടും ചങ്ങമ്പുഴയും ആശാനും നേരിട്ട് വായിച്ച് ഹൃദിസ്ഥമാക്കുന്നതും ഇപ്പോൾ. എന്തിനേറെ പറയുന്നു *ബൈബിൾ* കഴിഞ്ഞാൽ ലോകത്ത് ഏറ്റവും കൂടുതൽ ആൾക്കാർ വായിച്ചു തീർത്ത *കമ്മ്യൂണിസ്റ്റ് മാനിഫെസ്റ്റോ* പോലും മാഷ് ഇപ്പോഴാണ് ഒന്ന് വായിച്ചു നോക്കുന്നത്.

കാസർകോട് വിദ്യാനഗർ അന്ധവിദ്യാലയത്തിലെ പ്രധാനാദ്ധ്യാപകനായിരുന്നു സത്യശീലൻ മാഷ്. ഇപ്പോൾ പ്രധാനാദ്ധ്യാപകന്റെ ചുമതലയിൽ നിന്നൊഴിഞ്ഞെങ്കിലും മാഷ് അകക്കണ്ണിന്റെ കരുത്തിൽ കുട്ടികളെ പഠിപ്പിക്കുന്നതെല്ലാം വളരെ പ്രധാനം തന്നെ. കാഴ്ചയെന്നാൽ കട്ട പിടിച്ച ഇരുട്ടാണെന്ന് മാത്രമറിയുന്ന സത്യശീലൻ മാഷുടെ കുട്ടികളിപ്പോൾ കാര്യങ്ങളെല്ലാം കാണും. ഒന്നും കാണാത്ത കണ്ണ് ഇവർക്കിപ്പോൾ ബലഹീനതയല്ല. ചെവിയിലേക്ക് പരാവർത്തനം ചെയ്ത ആറാമിന്ദ്രിയമാണ്. ഈ ഇന്ദ്രിയത്തിലൂടെ കുട്ടികൾ ഇപ്പോൾ കമ്പ്യൂട്ടർ ജാലകം തുറക്കുന്നു. അറിവിന്റെ പുതിയ ചക്രവാളം തുറക്കുന്നു. ഭിന്നശേഷികളാൽ പിന്തള്ളപ്പെടുമായിരുന്ന അനേകർ ഇപ്പോൾ സന്തോഷത്തിലാണ്. അവരുടെ കാഴ്ചയ്ക്കിപ്പോൾ നിസ്സഹായതയുടെ വെള്ളച്ചൂരൽ മാത്രമല്ല കൂട്ട്; കൈപിടിച്ചു നടത്താൻ മികച്ച കമ്പ്യൂട്ടർ സോഫ്റ്റ്‌വെയറുകളുണ്ട്. അത്തരം സോഫ്റ്റുവെയറുകളുടെ ഉപജ്ഞാതാവും അദ്ധ്യാപകനുമാകുന്നു കാഴ്ചശക്തിയില്ലെങ്കിലും ഇപ്പോൾ പുസ്തകം വായിച്ചു തുടങ്ങിയ സത്യശീലൻ മാഷ്. ഉബുണ്ടു എന്ന സ്വതന്ത്ര സോഫ്റ്റ്‌വെയറിലൂടെയാണ് മാഷ് അന്ധർക്ക് ഉൾക്കാഴ്ച നല്കുന്ന

സത്യശീലൻ മാഷ്

സോഫ്റ്റ്‌വെയർ വികസിപ്പിച്ചത്. 'ഓർക്ക' എന്ന സ്ക്രീൻ റീഡറുടെ സഹായത്തോടെ വികസിപ്പിച്ചെടുത്ത സോഫ്റ്റ്‌വെയറിൽ ഏതുതരം പുസ്തകവും വായിച്ചെടുക്കാം. ജീവിതത്തിന്റെ അരികുചേർക്കപ്പെട്ട എല്ലാത്തരം പ്രാദേശിക ഭാഷയിലെയും ഭിന്നശേഷിയുള്ളവർക്കുള്ള കൈസഹായമാണ് മാഷിന്റെ കമ്പ്യൂട്ടർ സേവനം. ഇതിന്റെ കഥ മാഷ് തന്നെ പറഞ്ഞു തരും. സ്വതന്ത്രസോഫ്റ്റ്‌വെയറായതിനാൽ അറിഞ്ഞവർ അതൊന്ന് പ്രചരിപ്പിക്കണമെന്ന അഭ്യർത്ഥന മാത്രമാണ് മാഷിനുള്ളത്. ഞങ്ങളോട് സഹതപിക്കല്ലെ.. പ്ലീസ്.. ഒന്ന് ഐക്യപ്പെടൂ.. ഒന്ന് ഗൂഗിളിൽ ഉബുണ്ടുവിനെ സെർച്ച് ചെയ്യൂ എന്ന് മാത്രമാണ് മാഷിന്റെ അഭ്യർത്ഥന.

മലയാളം പഠിച്ച സായ്പ്

വായിക്കേണ്ട പുസ്തകത്തിന്റെ പേജ് സ്കാനറിൽ വെച്ച് ഇ - സ്പീക്കെന്ന വിദ്യയിലൂടെ കമ്പ്യൂട്ടർ പുസ്തകത്തിലെ എഴുത്തിനെ ശബ്ദമാക്കി മാറ്റുന്നു. ലേകത്തിലെ 80 ഭാഷകൾ വരെ ഇങ്ങനെ കമ്പ്യൂട്ടർ സംസാരിക്കും. ഇതിൽ നമ്മുടെ മലയാളം സംസാരിക്കുന്ന വിദ്യ കണ്ടുപിടിച്ചത് ജൊനാഥൻ ഡെഡിങ്ടൺ എന്ന ഇംഗ്ലീഷുകാരനാണ്. 'കമ്പ്യൂട്ടർ ഗുണ്ടർട്ട്' എന്നാണ് സത്യശീലൻ മാഷ് ഈ സായ്പിനെ വിശേഷിപ്പിക്കുന്നത്. ഇത്രമാത്രം അന്തർമ്മുഖനായ ഒരു സായ്പ് വേറെയുണ്ടാകില്ലെന്നും മാഷ് പറയുന്നു. സോഫ്റ്റ്‌വെയർ രൂപീകരണത്തിന്റെ ഭാഗമായി മാഷ് ഈ സായ്പിന് നിരവധി തവണ ഇ- മെയിൽ ചെയ്തു. അവസാനം ഒരിക്കൽ മാത്രം പ്രതികരിച്ച സായ്പ് പേര് മാത്രം വെളിപ്പെടുത്തി. സായ്പ് മലയാളം പറയുന്നതിലെ ചില ന്യൂനതകൾ ചൂണ്ടിക്കാണിച്ചെങ്കിലും സായ്പിന് മനസ്സിലായില്ലെന്ന് മാഷ്. 'മര'വും 'മറ'യും

രണ്ടാണെന്ന് നമുക്കറിയാം. എന്നാൽ എല്ലാം ഒന്നാണെന്ന് ധരിച്ചാകും സായ്പ് മലയാളം ഉച്ചരിക്കുന്നത്. ഇങ്ങനെയുള്ള ഉച്ചാരണത്തിലെ വ്യത്യസ്തതകൾ മനസിലാക്കിയെടുത്താൽ പിന്നെ പുസ്തകവായന കുശാലെന്നും മാഷ് പറഞ്ഞു.

നിലവിലുള്ള ശാസ്ത്ര- സാങ്കേതിക ഭൗതിക സൗകര്യങ്ങൾ കാഴ്ചയില്ലാത്തവർക്കും പ്രാപ്യമാണ് എന്നു അസന്ദിഗ്ദ്ധമായി തെളിയിച്ചതാണ് സത്യശീലൻ മാഷിന്റെ ജീവിതം. കണ്ണുണ്ടായിട്ടും കാണേണ്ടത് കാണാത്ത നമ്മളെക്കാളെല്ലാം വേഗത്തിൽ മാഷ് കമ്പ്യൂട്ടർ പ്രവർത്തിപ്പിക്കും. ഗൂഗിൾ വിക്കീപ്പീഡിയയിൽ കാര്യങ്ങൾ തിരക്കും. കമ്പ്യൂട്ടർ എഞ്ചിനീയർ വിദഗ്ദ്ധരുമായി ആശയവിനിമയം നടത്തും. ഇ - മെയിൽ കത്തിടപാടും മുറയ്ക്ക് ഉണ്ടാകും. എഞ്ചിനീയർമാർ ഓൺലൈനിലുണ്ടെങ്കിൽ ചാറ്റിങ്ങിലാകും സംശയനിവാരണം. മലയാളവും ഇംഗ്ലീഷും ഹിന്ദിയും വേഗത്തിൽ മാഷ് കംപോസ് ചെയ്യും.

നിലവിൽ 'ഡെയ്സി പ്ലെയർ'എന്ന സൗകര്യം കാഴ്ച ശക്തി കുറഞ്ഞവർക്ക് പുസ്തകവായനയ്ക്കായുണ്ട്. (പി ഗോവിന്ദപ്പിള്ള ഇത്തരത്തിൽ പുസ്തകം വായിക്കുന്നയാളാണെന്ന് സത്യശീലൻ മാഷ് ഒരിക്കൽ *ദേശാഭിമാനി*യിൽ തന്നെ വായിച്ചിട്ടുണ്ടത്രെ) ഡെയ്സി പ്ലെയർ കൃത്യമായ കാര്യങ്ങൾ റെക്കോഡ് ചെയ്ത് കേൾപ്പിക്കുന്ന ഒരു രീതിയാണ് പിന്തുടരുന്നത്. ലൈബ്രറിയിൽനിന്നും ഇഷ്ടപ്പെട്ട പുസ്തകം തെരഞ്ഞെടുത്ത് വായിക്കുന്ന വായനക്കാരന്റെ സുഖം ഈ രീതിക്ക് കിട്ടില്ല. സാധാരണ വായനക്കാരന്റെ എല്ലാ സ്വാതന്ത്ര്യവും എടുത്താണ് മാഷ് 'ലിനക്സ് ഇന്റലിജന്റ് ഒ സി ആർ' എന്ന സോഫ്റ്റ്വെയർ രൂപകല്പന ചെയ്തത്. എഞ്ചിനീയറിങ് ജോലികൾ ആ മേഖലയിലെ വിദഗ്ദ്ധർ സൗജന്യമായി ചെയ്തു തന്നു. ആശയവും എങ്ങനെയായിരിക്കണമെന്ന രൂപകല്പനയുമാണ് ഈ സോഫ്റ്റ്വെയറിൽ മാഷിന്റെ സംഭാവന. വിദ്യാനഗറിലെ ബ്ലൈൻഡ് സ്കൂളിന്റെ തട്ടകവും കേരള ഫെഡറേഷൻ ഓഫ് ബ്ലൈന്റിന്റെ സഹായവും മാഷിന് ഇതിനായി ലഭിച്ചു. ഇപ്പോൾ ഫെഡറെഷന്റെ ടെക്നിക്കൽ കമ്മിറ്റി അംഗമായ മാഷ് സംസ്ഥാന വൈസ് പ്രസിഡന്റുമായി പ്രവർത്തിച്ചിരുന്നു.

സ്വതന്ത്ര സോഫ്റ്റ്വെയർ എന്ന വെള്ളച്ചൂരൽ

ജീവിതത്തിന്റെ അരികുകളിൽ ഭിന്നശേഷി പ്രകടിപ്പിക്കുന്ന ലക്ഷങ്ങൾക്ക് കമ്പ്യൂട്ടർ ലോകത്തിലേക്കുള്ള ഊന്നുവടിയാണ് സ്വതന്ത്ര സോഫ്റ്റുവെയർ പ്രസ്ഥാനം. ഇതര കമ്പ്യൂട്ടർ സോഫ്റ്റ്വെയർ മേഖലയിൽ സ്പീച്ച് സപ്പോർട്ട് ഉല്പന്നത്തിന്റെ കോപ്പിക്ക് കുറഞ്ഞത് അരലക്ഷം രൂപ ചെലവുവരും. ആ സ്ഥാനത്താണ് സ്വതന്ത്ര സോഫ്റ്റ്വെയർ പ്രസ്ഥാനത്തിനകത്ത് അഞ്ചുപൈസ ചെലവില്ലാതെ ഗവേഷണം നടത്തി പുതിയ സാങ്കേതിക വിദ്യ വികസിപ്പിക്കാൻ മാഷിനടക്കമുള്ളവർക്കായത്. ഗൂഗിളിൽ സൗജന്യമായി ലഭിക്കുന്ന 'ടെസറാക്ട്' എന്ന സോഫ്റ്റ്

വെയറാണ് പുസ്തകം സ്കാൻ ചെയ്യുന്ന ഒ സി ആർ (ഒപ്ടിക്കൽ കാരക്ടർ റെക്കഗ്നീഷൻ) എഞ്ചിൻ. ട്രിപ്പിൾ ഐ ടി ഹൈദരാബാദ് എന്ന സ്ഥാപനമാണ് മലയാളം സംസാരിക്കുന്ന സോഫ്റ്റ്‌വെയർ വികസിപ്പിക്കാൻ മാഷിനെ സാങ്കേതികമായി സഹായിച്ചത്. അവിടത്തെ ജവഹർ എന്ന അദ്ധ്യാപകന്റെ നേതൃത്വത്തിൽ ഒരുകൂട്ടം സ്വതന്ത്ര സോഫ്റ്റ്‌വെയർ സംരംഭകരാണ് മാഷിനെ കമ്പ്യൂട്ടറിന്റെ ലോകത്തിലേക്ക് പുതിയ ആശയങ്ങളുമായി ആനയിച്ചത്. 'ക്യൂനിഫോം' എന്ന റഷ്യൻ സോഫ്റ്റ്‌വെയറാണ് ഇംഗ്ലീഷടക്കമുള്ള ഭാഷകൾ സംസാരിക്കാൻ സഹായിക്കുന്നത്.

സ്വതന്ത്ര സോഫ്റ്റ്‌വെയറായതിനാൽ ഗൂഗിളിൽ ലോഡ് ചെയ്താൽ ഇതെടുത്ത് ആർക്കും ഉപയോഗിക്കാൻ കഴിയും എന്നതാണ് ഏറ്റവും പ്രധാനം. ലോകത്തിന്റെ ഏതുഭാഗത്തുള്ള അന്ധനും ഇന്റർനെറ്റും സ്കാനറുമുണ്ടെങ്കിൽ എല്ലാവരെയും പോലെ വായിക്കാനും പഠിക്കാനും കഴിയും. ഉബുണ്ടുവെന്ന ഓപ്പറേറ്റിങ് സിസ്റ്റത്തിലൂടെ ലോകത്തെവിടെയിരുന്നും ഈ കാഴ്ചയുടെ സോഫ്റ്റ്‌വെയർ ഡൗൺലോഡ് ചെയ്യാം. കേരളത്തിൽ തദ്ദേശസ്ഥാപനങ്ങൾ വഴി കാഴ്ചയില്ലാത്തവർക്ക് സബ്സിഡി നിരക്കിൽ കമ്പ്യൂട്ടർ വിതരണവുമുണ്ട്. കഴിഞ്ഞ എൽ ഡി എഫ് സർക്കാരിന്റെ കാലത്ത് നടപ്പാക്കിയ ഈ പദ്ധതിയിൽ കമ്പ്യൂട്ടറൊന്നിന് 19,500 രൂപ സബ്സിഡി ലഭിക്കും. സംഗതി എളുപ്പമാണ്; പതിനായിരം രൂപ ചിലവിൽ തന്റെ ഭിന്നശേഷിയുടെ തടവറ ഭേദിക്കാൻ തന്നെപ്പോലെയുള്ള കാഴ്ചയില്ലാത്തവർക്ക് എളുപ്പം സാധിക്കുമെന്ന് മാഷ് ധൈര്യപൂർവ്വം സാക്ഷ്യപ്പെടുത്തുന്നു. അഥവാ ഗൂഗിൾ ഡൗൺലോഡിങ്ങിൽ നിങ്ങൾക്ക് വല്ല പ്രയാസവുമുണ്ടോ? ഇൻസ്റ്റാൾ ചെയ്യുമ്പോൾ വല്ല സാങ്കേതിക ബുദ്ധിമുട്ടുമുണ്ടോ?... വിളിക്കാം സത്യശീലൻ മാഷിനെ; ഒരു മൊബൈൽ ഫോൺ ദൂരത്തിൽ മാഷുണ്ട്. നമ്പർ: 9446012215.

ബ്രെയ്‌ലി പഠിക്കൂ; കണ്ണു തുറക്കാം

എളുപ്പത്തിൽ മലയാളം കംപോസ് ചെയ്യാൻ ഏറ്റവും നല്ലത് ബ്രെയ്‌ലി പഠനമാണെന്നാണ് സത്യശീലൻ മാഷ് പറയുന്നത്. വെറും ആറ് കീ കൊണ്ട് നിങ്ങൾക്ക് അമ്പത്താറക്ഷരവും എഴുതാം. അല്പം അകക്കണ്ണ് ചെലവിട്ട് ഒന്നു മുതൽ ആറുവരെയുള്ള കീകളിൽ തഴക്കം വന്നാൽ മാത്രം മതി. ഇത്തരത്തിൽ എഴുതുന്ന 'ശാരദ ബ്രെയ്‌ലി റൈറ്റർ' എന്ന സൂത്രവിദ്യയും വികസിപ്പിച്ചതും മാഷ് തന്നെ. (ശാരദ മറ്റാരുമല്ല; മാഷിന്റെ ഭാര്യ തന്നെ). ഭാഷയ്ക്ക് മേൽ ഈ കമ്പ്യൂട്ടർ എഴുത്തുവിദ്യ എല്ലാവർക്കും മുതൽക്കൂട്ടാകുമെന്നു തന്നെയാണ് മാഷ് പറയുന്നത്. കാഴ്ചയുണ്ടെന്ന് മേനി നടിക്കുന്നവർക്കും ഈ ടൈപ്പിങ് വിദ്യ സുഗമമായിരിക്കും. ഇനി ബ്രെയ്‌ലി ലിപി അറിയാത്തവർക്ക് 'അൻജല ഓപ്പൺ ടോക്കിങ് ടൈപ്പർ' എന്ന സോഫ്റ്റ്‌വെയറുമുണ്ട്.

കാണുന്നവർക്കുള്ളത് മാത്രമല്ല ലോകം; അത് 'ശരിക്കും' കാണു

ന്നവർക്ക് മാത്രമുള്ളതാണ് എന്നാണ് മാഷും കുട്ടികളും പറയുന്നത്. അതാണല്ലോ അവർ കമ്പ്യൂട്ടറിൽ ചിത്രം വരയ്ക്കുന്നത്; സംഗീതം കംപോസ് ചെയ്യുന്നത്, പ്രിയപ്പെട്ട കൂട്ടുകാരി അയച്ച ഇ- മെയിൽ തുറന്ന് കേട്ട് മറുപടി അയക്കുന്നത്. വിദ്യാനഗർ സ്കൂളിലെ മാഷിന്റെ കുട്ടികളുടെ കമ്പ്യൂട്ടർ മെയ്വഴക്കം കണ്ടാലറിയാം; കണ്ണുള്ളവരെത്ര നിസ്സഹായരെന്ന്.

എല്ലാ പത്രങ്ങളുടെയും ഓൺലൈൻ പേജിലൂടെ കണ്ണോടിച്ചാണ് സത്യശീലൻ മാഷ് ദിവസം തുടങ്ങുന്നത്. *ദേശാഭിമാനി* പത്രം വീട്ടുകാർക്കായി രാവിലെ വീട്ടിലെത്തും. പക്ഷേ, അപ്പോഴേക്കും മാഷ് കമ്പ്യൂട്ടറിൽ വായിച്ച് കഴിഞ്ഞിട്ടുണ്ടാകും. ഓൺലൈനിൽ *ദേശാഭിമാനി*യും *ദ ഹിന്ദു പത്ര*വും അടക്കം നാല് പത്രങ്ങൾ വായിച്ചു തീർത്താണ് മാഷ് സ്കൂളിലേക്ക് പോകുന്നത്. അന്ധവിദ്യാലയത്തിന്റെ അതിരിലെ ക്വാർട്ടേഴ്സിൽ തന്നെയാണ് കണ്ണൂർ അഴിക്കോട് സ്വദേശിയായ മാഷും കുടുംബവും താമസിക്കുന്നത്. വീട്ടിലെ മാഷിന്റെ മുറിയിലും ഒരു വെള്ളച്ചൂരൽ ദൂരത്തുള്ള സ്കൂൾ ലാബിലും കംപ്യൂട്ടർ സ്ക്രീനിൽ മാഷിന്റെ കണ്ണിൻ തിളക്കമുണ്ട്. നിരന്തരമായ അദ്ധ്വാനത്തിന്റെ വിജയസ്മിതങ്ങളുണ്ട്. ആ ചിരിയുടെ തിളക്കത്തിന് കൈകോർക്കുന്നു കമ്പ്യൂട്ടർ സയൻസിൽ ബിരുദവിദ്യാർത്ഥിയായ മകൻ നളിൻ. കൂടെ കേന്ദ്രസർവ്വകലാശാലയിൽ സാഹിത്യ ബിരുദാനന്തര ബിരുദത്തിന് പഠിക്കുന്ന മകൾ ശാലിനിയും.

തത്ത്വശാസ്ത്രസംബന്ധിയായ പുസ്തകമാണ് മാഷ് അടുത്തതായി വായിക്കുന്നത്. ശാസ്ത്രസാഹിത്യ പരിഷത്ത് പുറത്തിറക്കിയ ആ പുസ്തകം മലർക്കെ തുറന്ന് സ്കാനറിനടിയിൽ വെക്കുന്നു. കമ്പ്യൂട്ടർ അത് പരാവർത്തനം ചെയ്യുന്നു. മാഷിന്റെ ഉൾക്കണ്ണിൽ വായന തുടരുന്നു...

''കണ്ണുവേണമിരുപുറമെപ്പോഴും
കണ്ണുവേണം മുകളിലും താഴേം,
കണ്ണിലെപ്പോഴും കത്തിജ്ജ്വലിക്കു
മുൾക്കണ്ണുവേണമണയാത്ത കണ്ണ്''

(കടമ്മനിട്ട - കോഴി)

ദാനത്തിൽ മാവേലി

തലേന്നുമുതൽ പെയ്യുന്ന കനത്ത മഴയുടെ തണുപ്പിൽ കുണ്ട്യാന ആലിലപോലെ വിറച്ചു. ആർത്തുപെയ്ത മഴയെ എക്കാലവും നെഞ്ചും വിരിച്ച് നേരിട്ടയാളാണ് കുണ്ട്യാന; എന്നാൽ, ആ പ്രഭാതത്തിൽ ആ വലിയ വീടിന്റെ മുറ്റത്തുനിന്ന് ഭട്ടിനെ നോക്കി അയാൾ വലിയ വായിൽ നിലവിളിച്ചു. മഴ ഒപ്പം കൊണ്ടുവന്ന ഒരു ഭ്രാന്തൻ പാതിരാക്കാറ്റിൽ പുത്തിഗെ മുണ്ടക്കാനടുക്കയിലെ അയാളുടെ ചെറ്റപ്പുര കഴിഞ്ഞ രാത്രി നിലംപതിച്ചു. വീട്ടുകാരെ മരത്തിനടിയിൽ, ബാക്കിയുള്ള മഴകൂടി നനയാൻ വിട്ട് അയാൾ ഭട്ടിന്റെ വീട്ടിലേക്ക് ഓടി വന്നതാണ്. എല്ലാവർഷവും പുരകെട്ടി മേയുന്നത് ഭട്ടിന്റെ തോട്ടത്തിലെ ഓലയും കമുകും ഉപയോഗിച്ചാണ്. ഇത്തവണയും അങ്ങനെ പുരകെട്ടി മേഞ്ഞതാണെങ്കിലും ചുഴലിക്കാറ്റ് എല്ലാം തകർത്തു. മോന്തായം അപ്പടി കാറ്റു കൊണ്ടുപോയി. പുര വീണ്ടും കെട്ടിമേയാൻ കമുകും ഓലയും തരുമോയെന്ന് ചോദിക്കാൻ വന്നതാണ് കുണ്ട്യാന. അയാളുടെ കരച്ചിലിനൊപ്പം മഴയും ആർത്തുപെയ്യുന്നുണ്ടായിരുന്നു അപ്പോൾ.

കാസർകോട് ബദിയഡുക്ക പഞ്ചായത്തിലെ അതിർത്തിദേശമായ പുത്തിഗെ മുഗുറോഡിൽ കിളിംഗാർ നടുമനയിലെ കർഷകനായ കെ എൻ ഗോപാലകൃഷ്ണ ഭട്ട് എന്ന സായിറാം ഭട്ട് 1995 ലെ ആ തുലാമാസത്തിലാണ് കാശിക്ക് പോകേണ്ടിയിരുന്നത്. അടയ്ക്കയും തേങ്ങയും മംഗലാപുരം മാർക്കറ്റിൽ വിറ്റുകിട്ടിയ 35,000 രൂപയുംകൊണ്ട്, പിറ്റേ ആഴ്ച ഭാര്യയുമൊത്ത് കാശിയാത്രയ്ക്ക് ഒരുങ്ങിയിരിക്കെയാണ്, കുണ്ട്യാനയുടെ, ഉള്ളുലയ്ക്കുന്ന കരച്ചിൽ കേട്ടത്. പറമ്പിൽ ഇടയ്ക്കിടയ്ക്ക് പണിക്ക് വരുന്നയാളാണ് മുറ്റത്തുവന്നിങ്ങനെ കരയുന്നത്. കുണ്ട്യാന മാത്രമല്ല; ചെറ്റപ്പുരകളിൽ അന്തിയുറങ്ങിയിരുന്നവരെല്ലാം അക്കാലം പുര

കെട്ടിമേഞ്ഞിരുന്നത് സായിറാം ഭട്ടിന്റെ തോട്ടത്തിലെ കമുകും ഓലയും കൊണ്ടാണ്. ചാരുകസേരയിൽനിന്ന് എഴുന്നേറ്റ സായിറാം ഭട്ട് കുണ്ട്യാനയോട് പറഞ്ഞു. നിനക്കിനി ഓല തരാൻ കഴിയില്ല. അടുത്ത കാറ്റിലും നീ ഇതു തന്നെ ഇവിടെ വന്ന് പറയില്ലേ... നിനക്കിനി ഓലയും കമുകും തരില്ല... !!!

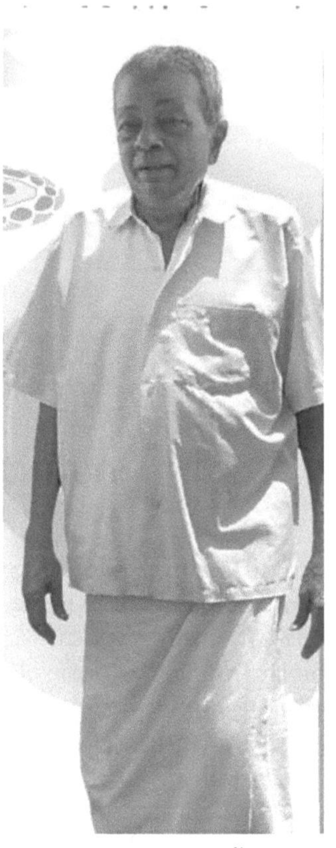

സായിറാം ഭട്ട്

ഞെട്ടിത്തരിച്ച കുണ്ട്യാനയുടെ ചെറ്റപ്പുരയിരുന്ന മുണ്ടക്കാനടുക്കയിലെ ഇത്തിരിമണ്ണിലാണ് ഒരു മാവേലിക്കഥ പിന്നീട് തുടങ്ങുന്നത്. പണിക്കാരുമായെത്തിയ സായിറാം ഭട്ട്, ഓല നല്കാതെ തിരിച്ചയച്ച കുണ്ട്യാനയ്ക്കായി അവിടെയൊരു വീട് കെട്ടാൻ തുടങ്ങി. കല്ലും മരവും ഓടും കൊണ്ട് ഒരു ഭ്രാന്തൻചുഴലിക്കും പറത്തിക്കൊണ്ടു പോകാൻ കഴിയാത്ത അടച്ചുറപ്പുള്ള ഒരു കൊച്ചുവീട്; രണ്ടു മുറി, ഒരടുക്കള, ഒരു ഹാൾ. കാശിയാത്രയ്ക്കുവേണ്ടി നീക്കിവച്ച കാശെടുത്ത ഭട്ട് പിന്നീടൊരു അയ്യായിരവുംകൂടി സംഘടിപ്പിച്ച് 40,000 രൂപയ്ക്കാണ് വീട് കെട്ടിത്തീർത്തത്. തലചായ്ക്കാൻ ഒരു കൂരയില്ലാത്ത, മനുഷ്യന്റെ ഏറ്റവും ദയനീയാവസ്ഥയിലേക്കാണ്, കുണ്ട്യാന ഭട്ടിന്റെ കണ്ണുതുറപ്പിച്ചത്. ആ കണ്ണ് 18 വർഷം പിന്നിടുമ്പോഴും ഭട്ട് തുറന്നുതന്നെ വച്ചിരിക്കുന്നു. കഴിഞ്ഞ ജൂലൈ മൂന്നിന് സീതാംഗോളി ബേള കട്ടത്തങ്ങാടി റെയ്മണ്ട് ഡിസൂസയ്ക്ക് സായിറാം ഭട്ട് പണിതു കൈമാറിയ 207-ാമത്തെ വീട്ടിലും സംതൃപ്തരായ 'പ്രജകൾ' ഇത്തവണ ഓണമുണ്ണും. ആശാരി പുത്തിരനും കൽപ്പണിക്കാരൻ കുഞ്ഞണ്ണയും 208-ാമത്തെ വീടിന്റെ അളവെടുക്കാൻ സായിറാം ഭട്ടിന്റെ അനുമതി കാക്കുകയാണിപ്പോൾ.

ചോദ്യം: 207 വീട് നിർമ്മിച്ചു കൈമാറി! സാധാരണ കാശുകാർക്കൊന്നും തോന്നാത്ത ഈ 'ഭ്രാന്ത്' ഇപ്പോഴും തുടരുകയാണ്. ദാനധർമ്മിയായ അഭിനവ മാവേലിയാണോ?

(വലിയ വീടിന്റെ ഉമ്മറത്ത് ചാരുകസേരയിൽ ചാഞ്ഞിരുന്ന് പൊട്ടിച്ചിരിയോടെ തുളു നന്നായി കലർന്ന മലയാളത്തിൽ എഴുപത്തേഴുകാരനായ ഭട്ട് പറയുന്നത് ഇനി കേൾക്കാം)

= ഒന്നാമത് ഞാൻ വലിയ കാശുകാരനല്ല. തോട്ടത്തിൽനിന്ന്

സാമാന്യം നല്ല നിലയിൽ വരുമാനമുണ്ട്. വസ്ത്രങ്ങളും അത്യാവശ്യം മറ്റു സാധനങ്ങളുമല്ലാതെ പുറത്തുനിന്നൊന്നും വാങ്ങിക്കേണ്ടി വരുന്നില്ല. മിച്ചംപിടിക്കുന്ന വരുമാനത്തിന്റെ ഒരു ഭാഗം ആവശ്യക്കാർക്ക് വീട് കെട്ടി ക്കൊടുക്കുന്നു എന്നുമാത്രം. നാല്പതിനായിരത്തിൽ നിന്നാണ് വീട് നിർ മ്മാണം തുടങ്ങിയത്. ഇപ്പോഴത് 1.40 ലക്ഷത്തിലെത്തി. ഇത്രയും തുക യ്ക്ക് വീട് നിർമ്മാണം തീരണം. ഇനി വീട്ടുകാർക്ക് വേണമെങ്കിൽ ഈ തുകയ്ക്കൊപ്പം കൂട്ടിച്ചേർത്ത് വീട് ഒന്നുകൂടി മോടിപിടിപ്പിക്കാം. മിക്ക വാറും എന്റെ കൂടെയുള്ള ജോലിക്കാർതന്നെ നേരിട്ട് സ്ഥലത്തെത്തി വീട് നിർമ്മിച്ചുകൊടുക്കും. കട്ടിളയും മറ്റും എന്റെ വീട്ടിലെ ഷെഡ്ഡിൽ നിന്നുതന്നെ പണിത് കൊണ്ടുപോകും.

ഏറ്റവും ചെലവുകുറഞ്ഞ രീതിയിലാണ് ഭട്ടിന്റെ വീട് നിർമ്മാണം. വെട്ടുകല്ലും മണലും മരവും കഴിയുന്നത്ര ചെറിയവിലയിൽ സംഘടി പ്പിക്കും. കടുത്ത വിലക്കയറ്റം 1.4 ലക്ഷം രൂപയ്ക്കുള്ള വീടിനെ പിന്നെയും ചെറുതാക്കരുതെന്ന് ഭട്ടിന് നിർബ്ബന്ധമുണ്ട്.

മുടങ്ങിപ്പോയ കാശിയാത്ര

കാശി വിശ്വനാഥൻ ഇപ്പോൾ, ഞാൻ കെട്ടിത്തീർത്ത വീട്ടകങ്ങളി ലാണ് എന്നാണ് സായിറാം ഭട്ട് പറയുന്നത്. 1995 ൽ മുടങ്ങിപ്പോയ കാശി യാത്രയെക്കുറിച്ച് പിന്നീട് ആലോചിച്ചിട്ടേയില്ല. ആ കടം അങ്ങനെതന്നെ കിടക്കട്ടെ എന്നാണ് അദ്ദേഹം പറയുക. “കാശിവരെ തിങ്ങി നിരങ്ങി പോയി അവിടത്തെ പ്രസാദവും കഴിച്ച് മടങ്ങിയാലൊന്നും സുകൃതം ലഭിക്കണമെന്നില്ല. ഞാനിത് പറയുമ്പോൾ, കമ്യൂണിസ്റ്റുകാരനാണോ യെന്നൊക്കെ ചോദിക്കും. കാശി വിശ്വനാഥനും ഇപ്പോൾ ഇഷ്ടപ്പെടുക ഞാനിപ്പോൾചെയ്യുന്ന വീട് കെട്ടിക്കൊടുക്കലായിരിക്കും എന്നുറപ്പുണ്ട്.”

ആദ്യം ബോദ്ധ്യം വന്നില്ലെങ്കിലും ഭാര്യ ശാരദാ ഭട്ടിനും അറിയാം; വീട് നിർമ്മിച്ചുനല്കാൻ കഴിയാത്ത കാലത്തായിരിക്കും ഇനി സായി റാം ഭട്ട് കാശിക്ക് പുറപ്പെടുക എന്ന്.

ക്ഷേമപ്രവർത്തനങ്ങളെക്കുറിച്ച് വീണ്ടും ചോദിച്ചാൽ; ഭട്ട് തത്ത്വചി ന്തകനാകും. “മനുഷ്യന്റെ അടിസ്ഥാന ആവശ്യങ്ങളായി ഞാൻ കാണു ന്നത് വീട്, മരുന്ന്, കുടിവെള്ളം, തുടങ്ങിയവയാണ്. സർക്കാരിനാണ് ഇത് എത്തിച്ചുനല്കേണ്ട പ്രാഥമിക ബാദ്ധ്യത. വളരെ പിന്നോക്കമായ ഈ അതിർത്തിദേശത്ത് ചരിത്രപരമായ കാരണങ്ങളാൽത്തന്നെ വേണ്ടത്ര സാമൂഹ്യക്ഷേമം കടന്നുവന്നുവെന്നു വരില്ല. അവിടെ വ്യക്തി എന്ന നിലയിൽ നമ്മുടെ ബാദ്ധ്യത എന്താണ് എന്നാലോചിക്കുമ്പോഴാ ണ് ഇങ്ങനെ ഇടപെട്ടു കളയാം എന്നു ഞാൻ തീരുമാനിച്ചത്.”

എങ്ങനെയാണ് വീടിനുള്ള ഗുണഭോക്താക്കളെ കണ്ടെത്തുന്നത്?

നമ്മളെ വന്ന് കണ്ട് സങ്കടം പറയുമ്പോൾത്തന്നെ സംഗതി മനസ്സി ലാകും. പിന്നെ നാട്ടിലെ ജനപ്രതിനിധികളടക്കമുള്ള പൊതുപ്രവർ

ത്തകരുടെ നിർദ്ദേശവും മറ്റും ലഭിക്കുമല്ലോ നമുക്കിപ്പോൾ. തദ്ദേശ സ്ഥാപനങ്ങളുടെ സഹായവും ഉണ്ടാകും. സ്വന്തമായി സ്ഥലമുള്ളവർക്കുമാത്രമേ വീട് കെട്ടി നല്കാൻ കഴിയൂ. സ്ഥലമില്ലാത്തവർക്ക് പഞ്ചായത്തുകളുമായി ബന്ധപ്പെട്ട് അഞ്ചുസെന്റെങ്കിലും സംഘടിപ്പിച്ചുകൊടുത്താണ് വീട് നിർമ്മാണം. സ്വന്തമായി കെട്ടുകയാണെങ്കിൽ, പണി തീരുന്നതിനനുസരിച്ച് തുക ഗഡുക്കളായി കൈമാറും.

മുഗുറോഡിലും മറ്റും മണൽ കടത്ത് പിടിക്കുന്ന പൊലീസുകാർ രഹസ്യമായി പറയുന്നൊരു കഥയുണ്ട്; മണൽലോറികൾ പിടിയിലായാൽ അവന്മാർ പറയുമത്രെ, ഇത് സായിറാം ഭട്ടിന്റെ വീടിനുള്ള മണലാണെന്ന്. ഇങ്ങനെ പറഞ്ഞ് കടന്നുകളയാമെന്ന് വിചാരിക്കേണ്ട, ആ മണൽ വീടുകെട്ടുന്ന സ്ഥലത്ത് നിക്ഷേപിച്ചിട്ട് മാത്രമേ പൊലീസ് വിടുകയുള്ളൂ. സംഗതി നിയമവിരുദ്ധമാണെങ്കിലും അങ്ങനെയെങ്കിലും പാവങ്ങൾക്ക് വീട് കിട്ടിക്കോട്ടെയെന്നു പൊലീസുകാരും അടക്കം പറയും. സായിറാം ഭട്ടിന്റെ സേവനപ്രവർത്തനങ്ങൾ സർക്കാർപദ്ധതികളുമായി യോജിപ്പിച്ച് ചെയ്യിച്ച അനുഭവമാണ് മഞ്ചേശ്വരത്തെ മുൻ എം എൽ എ, സി എച്ച് കുഞ്ഞമ്പുവിന് പറയാനുള്ളത്. അദ്ദേഹം നിർദ്ദേശിച്ച നിരവധി പേർക്കും സായിറാം ഭട്ട് വീട് പണിതുനല്കി.

മരുന്ന്, സമൂഹ വിവാഹം

വീടിനടുത്ത് സായി മന്ദിരം എന്നൊരു ഓഡിറ്റോറിയവുമുണ്ട് സായിറാം ഭട്ടിന് സ്വന്തമായി. എല്ലാ ശനിയാഴ്ചയും അവിടെ സൗജന്യ മെഡിക്കൽ പരിശോധന നടക്കും. രാവിലെ ആറുമുതൽ 12 വരെ രജിസ്റ്റർചെയ്യാം. ആർക്കും വരാം. രോഗപീഡകൾ പറഞ്ഞുകൊടുത്ത് സൗജന്യമായി മരുന്നും വാങ്ങി പോകാം. ആയുർവ്വേദം, അലോപ്പതിരംഗത്തെ ജില്ലയിലെ പ്രശസ്തരായ ഏഴ് ഡോക്ടർമാരാണ് രോഗികളെ പരിശോധിക്കുന്നത്. ഭട്ടിനൊപ്പം സൗജന്യ സേവനത്തിന്റെ കൈത്തിരിയേന്തുകയാണ് ആ ഡോക്ടർമാരും. കാസർകോട്ടെ പൗരാണിക രാജവംശമായ മായിപ്പാടി രാജാക്കന്മാരുടെ വൈദ്യകുടുംബത്തിൽ പിറന്നയാളാണ് ഭട്ട്. പാരമ്പര്യമായി സിദ്ധിച്ച നാട്ടുവൈദ്യത്തിലൂടെയും അദ്ദേഹം നിരവധി പേർക്ക് ആശ്വാസമേകുന്നു. വീടിനടുത്തുതന്നെ ഒരുക്കിയ തോട്ടത്തിൽ വിളഞ്ഞ പച്ചമരുന്നുകളാണ് രോഗികൾക്ക് നല്കുന്നത്.

എല്ലാവർഷവും നവംബർ 23ന് ഈ മന്ദിരത്തിൽനിന്ന് കല്യാണക്കുരവയുണരും. സായിറാം ഭട്ട് സംഘടിപ്പിക്കുന്ന സമൂഹവിവാഹം അന്നാണ് നടക്കുന്നത്. പെണ്ണിനു വേണ്ട താലിമാല, കല്യാണത്തിന് വരുന്നവർക്ക് ഭക്ഷണം തുടങ്ങി എല്ലാം ഭട്ട് നല്കും. വധുവരന്മാർ ബന്ധുക്കളെയും നാട്ടുകാരെയും കൂട്ടി എത്തിയാൽ മതി. രണ്ടുമാസം കഴിഞ്ഞ് നടക്കുന്ന ഈ വർഷത്തെ സമൂഹവിവാഹത്തിന് അഞ്ച് ജോടി പേര് രജിസ്റ്റർചെയ്തുകഴിഞ്ഞു.

• 206-ാമത്തെ വീട് നല്കിയയാളുടെ വിലാസം മുഷിഞ്ഞ ഡയറിത്താളിൽ നോക്കി ഭട്ട് പറഞ്ഞുതന്നു. ബദിയഡുക്ക ചൗക്കാറിലെ വിജയലക്ഷ്മിക്കാണ് ആ വീട് നല്കിയത്. ജൂൺ 16 ന് കർണ്ണാടക മന്ത്രി എസ് ആർ പാട്ടീൽ താക്കോൽ കൈമാറി. കൗതുകത്തിന് ചോദിച്ചു; ആരാണ് 205-ാമത്തെ വീട്ടുകാർ. ഭട്ട് ഒന്ന് വിഷമിച്ചു. കൊടുത്ത വീടിന്റെ രേഖകളൊന്നും അദ്ദേഹത്തിന്റെ പക്കലില്ല. ഡയറിയിൽ കന്നട ലിപിയിൽ എഴുതിയ കുനുകുനെയുള്ള അക്ഷരങ്ങളിൽ തപ്പി ഭട്ട് പറഞ്ഞു. സോറി.. ഓർമ്മയില്ല!!!

അതിർത്തിദേശമായതിനാൽ കർണ്ണാടകത്തിലും അദ്ദേഹത്തിന്റെ സഹായങ്ങൾ എത്തുന്നുണ്ട്. കർണ്ണാടക പുത്തൂർ താലൂക്കിൽ വിട്ലയിൽ രണ്ടു നിർദ്ധനർക്കും ഭട്ട് വീട് നല്കി. അല്ലെങ്കിലും ദാനം നല്കുന്നതിൽ എന്ത് അതിരാണ് പണ്ട് സാക്ഷാൽ മാവേലിയും നോക്കിയിട്ടുള്ളത്.

മകൻ കൃഷ്ണഭട്ടിനൊപ്പമാണ് ഇപ്പോൾ സായിറാം ഭട്ട് താമസം. പെൺമക്കളായ ശ്യാമള വിട്ലയിലും വാസന്തി ഡൽഹിയിലും ഭർത്താക്കന്മാർക്കൊപ്പമാണ്.

സാമൂഹ്യസേവനത്തിന് കേരളത്തിലെയും കർണ്ണാടകത്തിലെയും നിരവധി സംഘടനകൾ നല്കിയ അംഗീകാരമുദ്രകൾ ചാർത്തിയ ഭട്ടിന്റെ മുറി വിട്ടിറങ്ങിയപ്പോൾ മുറ്റത്ത് ബുർഖ ധരിച്ച ഒരു വീട്ടമ്മയും മകനും. “എന്താണ്മ്മാ...” എന്ന വിളിയിൽ അലിഞ്ഞ് ഖദീജയും മകനും വീടിന്റെ ഉമ്മറത്ത് കയറി. തുളുവും കന്നടയും കലർന്ന ഭാഷയിൽ എന്തൊക്കെയോ പരാധീനതകൾ പറയുന്നത് കേട്ടു. വീടിന്റ പിന്നാമ്പുറത്തെ ഷെഡ്ഡിൽ 208-ാമത്തെ വീടിന്റെ അളവെടുക്കാൻ തയ്യാറെടുത്തു നില്ക്കുകയായിരുന്നു ആശാരി പുത്തിരൻ അപ്പോൾ...

ബിസ്മില്ലാഖാന്റെ ഷെഹ്നായ്

ഗംഗയിൽ മുങ്ങിനിവർന്ന് പതിവുപോലെ കാശി വിശ്വനാഥന്റെ സന്നിധിയിൽ. രാഗവിസ്മയങ്ങളുടെ ഹിമാലയം തീർത്ത ഉസ്താദ് ബിസ്മില്ലാഖാന്റെ ഷെഹ്നായ് ആ പ്രഭാതത്തിലും സംഗീതം പൊഴിച്ചുതുടങ്ങി. സംഗീതജീവിതത്തിനൊപ്പം കൂടെ കൂട്ടിയ പ്രിയപ്പെട്ട വാദ്യോപകരണം, സ്വന്തം ഷെഹ്നായ്, അന്ന് പ്രിയശിഷ്യന് കൈമാറുകയാണ്. 1992 ലെ ഒരു കുളിർപ്രഭാതമായിരുന്നു അതെന്ന് മാത്രമാണ് ഹസ്സൻഭായിക്ക് ഇപ്പോഴോർമ്മയുള്ളത്. 'കേരളത്തിന്റെ ബിസ്മില്ലാ ഖാനായി ജീവിക്കുക' എന്ന് മന്ത്രിച്ചാണ് മഹാഗുരു ഷെഹ്നായ് കൈമാറിയത്. ഹൃദയത്തിൽനിന്ന് ഒരിക്കലും വേർപെടാത്ത ഷെഹ്നായ്നാദത്തിൽ അലിഞ്ഞ്, ദരിദ്രനായി, എന്നാൽ സംഗീതത്തിൽ അതിസമ്പന്നനായി, ജീവിക്കുന്ന ഉസ്താദ് ഹസ്സൻഭായി നമ്മളോട് ജീവിതം പറയുന്നതും ഗുരുവിന്റെ ഷെഹ്നായ് നെഞ്ചോട് ചേർത്തുപിടിച്ചാണ്.

മുംബൈ രംഗ്ഭവൻ 1972

"ആജ് ജാനെ കി സിദ് ന കരോ..." യമൺ കല്യാണിരാഗത്തിൽ ആ പ്രണയഗാനമൊഴുകി... ജിംഖാന എന്ന ഗാനമേള സംഘത്തിൽ പിന്നണിയിൽ ഹാർമ്മോണിയം വായിച്ചത് യുവാവായ ഹസ്സൻ. മുംബൈയിലെ രംഗ്ഭവനിൽ മലയാളി സമാജം സംഘടിപ്പിച്ച സംഗീതസദസ്സിൽ സാക്ഷാൽ ബിസ്മില്ലാഖാനും കേൾവിക്കാരനായിരുന്നു. പിന്നണിയിലെ പ്രകടനം കണ്ടിട്ടോ എന്തോ, പരിപാടി കഴിഞ്ഞപ്പോൾ അഭിനന്ദനവുമായി അദ്ദേഹം അണിയറയിലെത്തി. ആരാധനാമൂർത്തിയെ അടുത്ത് കണ്ടപ്പോൾ; തനിക്കും ഷെഹ്നായ് പഠിക്കണം എന്ന 'അതിമോഹം' ഒട്ടും

ഉസ്താദ് ഹസ്സൻഭായി

സങ്കോചമില്ലാതെ ഹസ്സൻ വെളിപ്പെടുത്തി. സംഗീതംപോലെ വിശാലമായ മനസ്സുതുറന്ന് കാശി വിശ്വനാഥന്റെ സവിധത്തിലേക്ക് ഉസ്താദ് ക്ഷണിച്ചു.

ആശങ്കകൾ, കൽക്കരിപ്പുകയായി തുപ്പി നീങ്ങിയ തീവണ്ടിയിൽ ഇരുപത്തഞ്ചുകാരനായ ഹസ്സൻ ഒരുരാത്രി കാശിയിലിറങ്ങി. വിശ്വനാഥ ക്ഷേത്രത്തിന് അരക്കിലോമീറ്റർ അകലെ ബനിയാബാഗിലാണ് ബിസ്മില്ലാഖാന്റെ വീട്. വീട്ടിലെത്തി ഗുരുവിനെ കണ്ടു. മലബാറിൽനിന്ന് വണ്ടി കയറി വന്ന ആ യുവാവ് അന്നുമുതൽ ഗുരുകുലസമ്പ്രദായത്തിൽ സംഗീതം പഠിക്കാൻ തുടങ്ങി. ഗംഗയിൽ മുങ്ങി നിവർന്ന് കാശി വിശ്വനാഥന്റെ സവിധത്തിൽ ഗുരുവിന്റെ സംഗീതയാത്രകൾക്ക് അകമ്പടി പോയ നാളുകൾ... സംഗീതസാന്ദ്രമായ ആ നാളുകളുടെ ഓർമ്മകളാണ് ഹസ്സൻഭായിയുടെ മനസ്സുനിറയെ.

ഗുരുമുഖത്തുനിന്നും ഗുരുകുല സമ്പ്രദായത്തിലുള്ള ഷെഹ്നായ് പഠനവും കഴിഞ്ഞ് നാട്ടിലേക്ക് മടങ്ങുംനേരമാണ്, ബിസ്മില്ലാ ഖാൻ, സ്വന്തം ഷെഹ്നായ് സമ്മാനിച്ചത്. ഗുരുവിന്റെ കുടുംബത്തിൽ 80 വർഷമായുണ്ടായിരുന്ന, വെള്ളിപ്പിടിയുള്ള, സരസ്വതീമരംകൊണ്ട് നിർമ്മിച്ച, വാദ്യവുമായാണ് ആ ചെറുപ്പക്കാരൻ നാട്ടിലേക്ക് മടങ്ങിയത്.

സങ്കീർണ്ണം ഈ സംഗീതജീവിതം

സൂഫി സംഗീതത്തിന്റെ തത്ത്വചിന്താപരമായ ഗഹനതപോലെയാണ് ഷെഹ്നായിയും. എളുപ്പത്തിൽ വഴങ്ങില്ല. 'താലു'കൾക്കനുസരിച്ച് നാദപ്രപഞ്ചം തീർക്കാൻ ദീർഘമായ സംഗീതകാലങ്ങൾ താണ്ടണം. ഉപകരണസംഗീതം മൊത്തത്തിൽ കൈകാര്യംചെയ്യാനുള്ള ധൈര്യം ഷെഹ്നായ് വാദ്യം പഠിച്ചാൽ ലഭിക്കും. ഹസ്സൻഭായിയെത്തന്നെ നോക്കുക. ഇരുപതിലധികം വാദ്യങ്ങൾ അദ്ദേഹം തനിച്ച് കൈകാര്യം ചെയ്യും. ഇതിൽ പല വാദ്യങ്ങളും സാധാരണ സംഗീതപ്രേമികൾ കേട്ടിട്ടുപോലുമില്ലാത്തതാകും.

ഷെഹ്നായ്, കൊമ്പ്, കുഴൽ, വയലിൻ, വീണ, മോഹനവീണ, ഹാർമ്മോണിയം, കീ ബോർഡ്, ഓടക്കുഴൽ, സാക്സഫോൺ, ക്ലാർനെറ്റ്, മാൻഡലിൻ, ഗിറ്റാർ, ഹോബോ (റഷ്യൻ ഷെഹ്നായ്), തബല, ഡ്രംസ്, ഡോലക്, ഘടം, മൃദംഗം, ഡ്രിപ്പിൾ ഡ്രം, ജാസ്, പിയാനോ, ഹവായ് ഗിറ്റാർ...ഹസ്സൻഭായി മീട്ടാത്ത ഇനങ്ങളില്ല. ഇവയെല്ലാം കുട്ടികൾക്ക് പഠിപ്പിച്ചുകൊടുക്കാനും അദ്ദേഹം തയ്യാർ. വലിയ വിലയുള്ള ഉപകരണങ്ങളെവിടെ എന്നൊന്നും ചോദിക്കരുത്. ഗുരുവിന്റെ ഷെഹ്നായിക്കൊപ്പം മറ്റു മൂന്നെണ്ണവും ഓടക്കുഴൽ അടക്കമുള്ള ചില വാദ്യോപകരണങ്ങളുമുണ്ട് വീട്ടിൽ. സംഗീതം പഠിപ്പിക്കുന്ന സ്ഥാപനങ്ങളിൽ കീ ബോർഡും മറ്റുമുണ്ട്. വലിയ വില നല്കാനില്ലാത്തതിനാൽ, കൈയിലുള്ള ഗിറ്റാർ രൂപമാറ്റം വരുത്തി മോഹനവീണ ഒരെണ്ണം സംഘടിപ്പിച്ചിട്ടുണ്ട്. ഇന്റർനെറ്റും മറ്റും തപ്പിയാണ് അത് സാധിച്ചെടുത്തത്.

തലശ്ശേരിയിലെ പ്രശസ്തമായ കേയി കുടുംബത്തിലാണ് ഹസ്സൻ ഭായി ജനിച്ചത്. കലാപാരമ്പര്യമുള്ള പൗരാണിക കുടുംബം. സമ്പത്തും വേണ്ടത്രയുണ്ട്. പിതാവ് ആദം സൈനിക ഓഫീസറായിരുന്നു. സംഗീതവിദുഷിയായ ഉമ്മയിൽനിന്നാണ് സംഗീതഭ്രമം കിട്ടുന്നത്. തലശ്ശേരി ബി ഇ എം പി ഹൈസ്കൂളിലെ പഠനത്തിന് ശേഷം കർണ്ണാട്ടിക് സംഗീതം പഠിക്കാൻ മൈസൂരിലേക്ക്. മൈസൂർ നാഗരാജ ബുഡാപ്പയുടെ കീഴിൽ സംഗീതപഠനം. അതിനൊപ്പം ഉപകരണസംഗീതവും പഠിച്ചു തുടങ്ങി. ബ്രാഹ്മണനായ നാഗരാജയുടെ വീട്ടിലെ സംഗീതപഠനം ആ മുസ്ലിംബാലനിൽ ഉന്നതമായ മതേതരചിന്തകളും സമൃദ്ധമാക്കി.

അറുപതുകളിലെ ഹിന്ദി സിനിമാഗാനങ്ങളിലും ഗസലുകളിലും ആവേശിതനായി ഗാനമേളാസംഘത്തിനൊപ്പം ചേരുകയായിരുന്നു പിന്നീട്. ഇംഗ്ലീഷ്, ഹിന്ദി, തമിഴ്, കന്നഡ, തുളു, ഭോജ്പുരി, ഗുജറാത്തി, ബംഗാളി, മറാഠി, കൊങ്കിണി തുടങ്ങിയ ഭാഷകളും ഈ അലച്ചിലിനിടയിൽ ഹൃദിസ്ഥമായി. അതിനിടയ്ക്ക് മുംബൈയിൽ ഉസ്താദ് ബിസ്മില്ലാഖാനെ കണ്ടതോടെയാണ്, ഷെഹ്നായ് നാദത്തിൽ അലിയാൻ ഹസ്സൻ ഭായി തീരുമാനിക്കുന്നത്.

ലോസാഞ്ചലസിലെ പള്ളിയിൽ

ഷെഹ്നായ് പഠനം കഴിഞ്ഞ് നാട്ടിലെത്തിയപ്പോഴാണ് സുഹൃത്തുക്കളുടെ താല്പര്യത്തിൽ ഒരു അമേരിക്കൻയാത്ര സംഘടിപ്പിക്കുന്നത്. ലോസാഞ്ചലസിലെ പള്ളിയിൽ കണ്ട കൊംബോ ഓർഗൺ (പിയാനോ) വായിച്ചത് വഴിത്തിരിവായി. വലിയ ശമ്പളത്തിൽ ഹസ്സൻഭായിയെ പള്ളിക്കാർ ആസ്ഥാന സംഗീതജ്ഞനായി നിയമിച്ചു. ലാറ്റിൻ ഭാഷ അറിയുന്നത് അധിക യോഗ്യതയുമായി. അലച്ചിലിന്റെ സംഗീതം മാത്രമറിയുന്ന ഹസ്സൻഭായ് അങ്ങനെ അമേരിക്കൻ 'സായ്പായി'. പക്ഷേ, ഒരിടത്തു മാത്രം കൂടുകൂട്ടുന്ന മനസ്സായിരുന്നില്ല അദ്ദേഹത്തിന്. സംഗീതസ്വപ്നങ്ങൾ പിടിച്ചുലച്ചു. അഞ്ചുവർഷം തുടർച്ചയായി നിന്നാൽ അമേരിക്കൻ പൗരനാകുമെന്ന നിയമത്തെ പേടിച്ച് നാട്ടിലേക്ക് സ്ഥലം വിട്ടു.

ജീവിതം ഇപ്പോൾ

കാസർകോട് കോളിയടുക്കം സ്കൂളിന് തൊട്ടുപിന്നിലുള്ള വാടകക്കെട്ടിടത്തിൽ വാദ്യോപകരണങ്ങൾ കൂട്ടിയിട്ട വാടകവീട്ടിലാണ് ഇപ്പോൾ ഹസ്സൻഭായി താമസം. ഭാര്യയുടെ അസുഖവും മറ്റു പ്രയാസങ്ങളും ജീവിതത്തെ ഒരു വിലാപഗീതമാക്കിയിട്ടുണ്ട്. എന്നാൽ, സംഗീതത്തിന് മേൽ ഒരുനാണയത്തുട്ടും അദ്ദേഹത്തിനെ കൊതിപ്പിച്ചിട്ടില്ല. അതുകൊണ്ടുതന്നെ ഈ ഒതുങ്ങിയ ജീവിതവും അദ്ദേഹം സംഗീതം പോലെ ആസ്വദിക്കുന്നു.

ആഴ്ചയിൽ നാലുദിവസവും ക്ഷേത്രങ്ങളിലും മറ്റും ഷെഹ്നായ് കച്ചേരി ഉണ്ടാകും. കണ്ണൂർ കൂടാളി ക്ഷേത്രത്തിൽ കച്ചേരി അവതരിപ്പിച്ച് മടങ്ങിയ ദിവസമാണ് അദ്ദേഹത്തെ വീട്ടിൽ കണ്ടത്. ക്ഷേത്രകമ്മിറ്റിക്കാർ നല്കുന്നത് വാങ്ങി, എണ്ണിനോക്കാതെ വീട്ടിലേക്ക് മടങ്ങാറാണ് പതിവ്. മലബാറിലെ മിക്ക ക്ഷേത്രങ്ങളിലും അദ്ദേഹം കച്ചേരി അവതരിപ്പിച്ചിട്ടുണ്ട്.

ക്ഷേത്രത്തിലും മറ്റും പരിപാടിക്കുപോകുമ്പോൾ എങ്ങനെയാണ്, അവിടത്തെ സമീപനം? പ്രത്യേകിച്ച് മുസ്ലീമായതിനാൽ?

"എനിക്ക് ഒരു ബുദ്ധിമുട്ടും ഇതുവരെയുണ്ടായിട്ടില്ല. ക്ഷേത്രത്തിനകത്തുതന്നെയാണ് മിക്കയിടങ്ങളിലും പരിപാടിയുണ്ടാകുക. പിന്നണിയിൽ, താളമിടുന്നവരിൽ നമ്പൂതിരിമാർവരെയുണ്ടാകും. അവർക്കൊപ്പംതന്നെയാണ് ഞാൻ ഭക്ഷണവും മറ്റും കഴിക്കുക. സംഗീതത്തിന് എന്ത് മതജാതി ഭേദം. അത് മനസ്സിലല്ലേ... അത്തരം ഭേദചിന്തയുള്ളവരുടെ മനസ്സിൽ എന്ത് സംഗീതം..."

ക്ഷേത്രങ്ങളിലും മറ്റും ഭക്തിസംഗീതം ആലപിക്കുമ്പോൾ സ്വന്തം സമുദായത്തിൽനിന്ന് ആക്ഷേപം ഉണ്ടാകാറില്ലേ..?

"യേയ്... എന്നോട് ഇതുവരെ ആരും അത്തരത്തിൽ സംസാരിച്ചിട്ടില്ല. പരമകാരുണികനായ അള്ളാഹുവിനെത്തന്നെയാണ് സംഗീതത്തി

ലൂടെ ഞാൻ ഉപാസിക്കുന്നത്. അതുകൊണ്ടാകണം, സംഗീത തീവ്രവാദിയെയല്ലാതെ, മറ്റൊരു തീവ്രവാദിയെയും ഞാൻ ഭയക്കുന്നില്ല"- ഉസ്താദ് നയം വ്യക്തമാക്കി.

മധുര മീനാക്ഷി, ട്രിച്ചി, കുംഭകോണം, മുംബൈയിലെ ഹനുമാൻ മന്ദിർ തുടങ്ങി ചെറുതും വലുതുമായ ആയിരത്തിലേറെ ക്ഷേത്രങ്ങളിലും ശിവഗിരി ഉൾപ്പെടെയുള്ള തീർത്ഥാടനകേന്ദ്രങ്ങളിലും ഉസ്താദ് ഷെഹ്നായ് കച്ചേരി അവതരിപ്പിച്ചിട്ടുണ്ട്. മൂന്നുമണിക്കൂർ നീളുന്ന കച്ചേരി അവതരിപ്പിക്കൽ വലിയ കായികാദ്ധ്വാനംകൂടിയാണ്. നിരന്തരം ശക്തിയേറിയ ഊതൽ, ശ്വാസകോശ അസ്വസ്ഥതയ്ക്കും ഇടയാക്കുന്നുണ്ട്.

നൂറിലധികം മാപ്പിളപ്പാട്ട്, ഭക്തിഗാന കാസറ്റുകൾക്ക് ഹസ്സൻഭായി സംഗീതസംവിധാനം നിർവ്വഹിച്ചിട്ടുണ്ട് ഭാര്യയും നാലുമക്കളും അടങ്ങുന്ന കുടുംബത്തിന് ജീവിക്കണമല്ലോ... മലപ്പുറത്തും കോഴിക്കോട്ടും തയ്യാറാകുന്ന നിരവധി ഹോം സിനിമകൾക്ക് പശ്ചാത്തലസംഗീതവുമൊരുക്കി. ശ്രീജിത് പോൾ സംവിധാനം ചെയ്യുന്ന 'സൺഡെ' എന്ന ഫീച്ചർ സിനിമയിലെ പാട്ടുകൾക്ക് സംഗീതം നല്കുകയാണിപ്പോൾ. ജി വേണുഗോപാലാണ് പാടുന്നത്.

കാസർകോടുമുതൽ മലപ്പുറംവരെ നിരവധി സംഗീത സ്കൂളുകളിൽ ഉസ്താദ് കുട്ടികളെ സംഗീതം പഠിപ്പിക്കുന്നുണ്ട്. കാസർകോട് പരവനടുക്കത്ത് സംഗീത കലാക്ഷേത്രം എന്ന പേരിൽ നടത്തുന്ന സ്കൂളിൽ നൂറോളം കുട്ടികൾ വായ്പ്പാട്ടും ഉപകരണസംഗീതവും അഭ്യസിക്കുന്നു. 1978 ൽ മഹാരാഷ്ട്ര സർക്കാരിന്റെ സംഗീത അവാർഡും 1982 ൽ കൽക്കട്ട മലയാളി കൾച്ചറൽ അസോസിയേഷൻ അവാർഡും ഉസ്താദിന് ലഭിച്ചു.

ഇറങ്ങാൻ നേരം: ബിസ്മില്ലാഖാനൊപ്പമുള്ള ചിത്രങ്ങൾ വല്ലതും ഉണ്ടാകുമോ?.... നീണ്ട മൗനത്തിനുശേഷം ഉസ്താദ് മറുപടി പറഞ്ഞു: "ഗുരു മരിച്ചപ്പോൾ പത്രക്കാരെല്ലാം ഇവിടെ വന്നു. അദ്ദേഹത്തോടൊപ്പമുള്ള എന്റെ ചിത്രങ്ങൾ ആൽബത്തിൽനിന്ന് ആരെല്ലാമോ ഇളക്കിക്കൊണ്ടുപോയി. ഇപ്പോൾ ഓർമ്മച്ചിത്രങ്ങൾ മാത്രമേയുള്ളൂ.. നിങ്ങളുടെ ക്യാമറയ്ക്ക് പകർത്താൻ കഴിയുമെങ്കിൽ അതെടുത്തോളൂ..."

9 789389 410334

Printed by Libri Plureos GmbH in Hamburg,
Germany